பதிமூன்று மோதிரங்கள்

ரா.செந்தில்குமார்

யாவரும்
பப்ளிஷர்ஸ்

The views and opinions expressed in this book are the author's own. The facts contained herein were reported to be true as on the date of publication by the author to the publishers of the book, and the publishers are not in any way liable for their accuracy or veracity.

- பதிமூன்று மோதிரங்கள் • சிறுகதைகள் • ரா.செந்தில்குமார் ©
- முதல் பதிப்பு : ஜூலை 2023
- Patimūṉṟu mōtiraṅkaḷ • Short stories • R.Senthilkumar ©
- First Edition : July 2023
- Pages : 138 • Price : ₹ 185/-
- ISBN : 978-81-19568-00-0

Released by :

M/s. Yaavarum Publishers
24, Shop no - B, S.G.P Naidu Complex,
Dhandeeswaram Bus Stop
Opp: Bharathiar Park
Velachery Main Road
Velachery, Chennai - 600 042

90424 61472 / 98416 43380
editor@yaavarum.com
Url : www.yaavarum.com; www.be4books.com

Designed by : Y Creations

All rights, including professional, amateur, motion pictures, recitation, public reading, broadcasting and the rights of translation into foreign languages are strictly reserved. No part of this book may be reproduced in whole or in part or utilized in any form or by any means electronic or mechanical, including photocopying, recording or by any information storage and retrieval system now known or hereafter invented, without the prior written permission of the author/publisher.

உலகெலாம் ஒருவனே

'இசூமியின் நறுமணம்' வழியாக ரா.செந்தில்குமார் அறிமுகப்படுத்திய ஜப்பானிய நிலக் காட்சிகள், அதன் மனிதர்கள், பண்பாட்டு அம்சங்கள், உணவுப் பழக்கங்கள் ஆகியவற்றின் வாசனை இன்னும் குறைந்திருக்காத நிலையில் வெளிவருகிறது அவரது இந்த இரண்டாவது சிறுகதைத் தொகுப்பு.

அன்னிய நிலத்தையும் அதன் மனிதர்களையும் அவர்களின் வாழ்க்கைப் போக்குகளையும் மொழியாக்கங்களின் மூலமாக அறிந்து கொள்வதற்கும் நேரடியான புனைவுகளின் வழியாக உணர்ந்து கொள்வதற்கும் நிறைய வித்தியாசங்கள் உள்ளன. தமிழ்க் கண்களின் வழியாக ஜப்பானை காணும் செந்தில்குமாரின் கதைகளில் அந்த வேறுபாடுகளை துலக்கமாக உணரமுடியும். சகுரா, கமிகுரே மலர்கள், அவற்றின் வாசனை, உணவின் நறுமணம், வீடுகள், விடுதிகள் என அவர் சித்தரிக்கும் புதிய நிலத்தை ஒப்பிட்டு வேறுபடுத்திக்காட்டும் வகையில் தமிழகத்தை களமாகக் கொண்ட கதைகளும் சரிபாதி இத்தொகுப்புகளில் உண்டு.

ஜப்பான் தொடர்பான நிலக்காட்சிகளை, கலாச்சார அம்சங்களை, உணவு, உடை, உறவுகள் சார்ந்த சிறப்பம்சங்களை தமிழ்க் கதைகளின் வழியே ஒரு தமிழ் நோக்கில் அறிய முடிவது தமிழ் புனைவுலகுக்கு அவரது பங்களிப்பாக இருக்கும்.

ஐம்பது வயதுக்கு மேற்பட்ட வாழ்வின் இரண்டாம் பகுதியில் மனிதர்கள் அதிகமும் வாழ்வது நினைவுகளில்தான். பள்ளிப்பருவம், கல்லூரி நாட்கள், நண்பர்கள், பெண்கள், விளையாட்டு, சாகசங்கள் எனத் திரிந்திருந்த காலங்கள் அதிகமும் பூச்சற்றவை. குணத்திரிபுகள் அற்றவை. தன்னியல்பில் அமைந்தவை. அதிலிருந்து வெளியேறி சம்பாதிக்கும் நோக்கம் மேலெழுந்தவுடன் அதுவரையிலான மனப்போக்கின் மேல் ஒரு சுமையும் அழுத்தமும் கவிகிறது. பொருளீட்டலுக்கான தேடல்கள், அல்லாடல்கள்,

போராட்டங்கள். கவனம் முழுக்க சமூக அங்கீகாரத்துக்கான நிபந்தனைகளை ஈடேற்றுவதில் குவிகிறது. திருமணம், பிள்ளைகள் என குடும்பப் பொறுப்பு, விரும்பியோ விரும்பாமலோ, சுமத்தப்படுகிறது. பிள்ளைகளுக்கான கல்வி, வீடு, சேமிப்பு என பணத்தின் பின்னால் ஓடும் வாழ்க்கை. உடல் திறம் சரியத் தொடங்கும் வயதில் எஞ்சிய நாட்களை வாதைகளிலும் வலி நிவாரணிகளிலும் கடக்க நேர்கிறது. சாய்வு நாற்காலியில் மனத்தைக் கிடத்தும்போது இயல்பாகவே நினைவுகள் வந்து உடனமர்ந்து கொள்கின்றன. யோசிக்கும்போது நினைவுகளும் நாமும் வேறல்ல என்றுதான் தோன்றுகிறது. நிறை வாழ்வு வாழ்ந்தவர்கள் யார் என்று கணக்கிட்டால் எண்ணிக்கை சொற்பமாகவே இருக்கும். ஒவ்வொருவருக்கும் அடையமுடியாத ஒன்றும் அதனால் ஏற்பட்ட வெற்றிடமும், சிறிதோ பெரிதோ, நிச்சயமாக இருக்கும்.

நினைவுகள் மனிதனை அலைக்கழிக்கும் வாதையே ரா.செந்தில்குமாரின் கதைகளின் மையம். பிழைக்க வழி தேடி வந்து ரொட்டிகள் வேகும் அடுப்படிகளில் வெந்து தோல் கருத்து துயருற்று வேலையின்றி மனம் பிறழ்ந்து ஊர் திரும்பும் பாண்டியனின் நினைவில் வைர மோதிரங்களாக எஞ்சி நிற்பவை காபி ஷாப் ஒன்றில் ஒரு மணி நேரத்துக்கு மூவாயிரம் யென்கள் கொடுத்து உரையாடிக் களித்த பதிமூன்று பெண்களே. உழைத்துப் பிழைக்காமல் பரம்பரை சொத்துகளை கொஞ்சம் கொஞ்சமாக விற்றுத் தின்னும் பத்மனாபனிடம் கடைசியில் மிஞ்சியிருப்பவை இரும்புப் பெட்டகங்கள். சாவிகள் இல்லாத பெட்டகங்களில் கடன் தீர்க்க ஏதேனும் கிடைக்கும் என்று உடைத்துத் திறக்கும்போது கடைசிப் பெட்டகத்தை திறக்கக்கூடாதென சன்னதம் கொள்கிறாள் மனைவி லலிதா. அன்னப் பட்சிகள் முகம் நோக்கும் பதக்கச் சங்கிலியில் ஒட்டிக்கொண்டிருக்கும் சங்கரின் நினைவை உடைப்பதை அவளால் அனுமதிக்க முடிவதில்லை. வெகுகாலம் கழித்து சொந்த ஊருக்கு வரும் நீதிபதி தன்னுடன் படித்த டேனியல் தங்கதுரையை தற்செயலாக சந்திக்கும்போது அவனுடன் ஓடிப்போன சியாமளாவின் நினைவுகள் மேலெழுகின்றன. உழைத்து உருவாக்கிய தனது ஜவுளிக்கடை, காதலை ஏற்க மறுத்ததால் தன்னையே கொளுத்திக்கொண்ட மகனுடன் சேர்ந்து எரிந்து நாசமானதை மறக்க முடியாமல் தற்காலிக மறதியில் உழன்று கிடக்கிறார் ராமச்சந்திரன்.

தோன்றிய காலந்தொட்டே மனித இனம் உயிர் பிழைத்தலின் பொருட்டு இடம் பெயர்ந்தபடியேதான் இருக்கிறது. உலகின் பல்வேறு கண்டங்களிலும் கால் பதித்த மனிதகுலம் இப்போது வேற்று கிரகங்களை அடைய உத்தேசிக்கிறது. இத்தொகுப்பிலுள்ள கதைகளில் உள்ள மாந்தர்கள் பலருமே பிழைக்க வழிதேடி அல்லலுறுபவர்களே. அடுப்பில் தோல் கருகும் பாண்டியனும் (பதிமூன்று மோதிரங்கள்), பணம் ஈட்ட மோசடியில் ஈடுபடும் கேமரூன் தேசத்தவனும் (அய்லீன்), கேளிக்கை விடுதியில் வாடிக்கையாளர்களுக்காகக் காத்திருக்கும் மாதரும் (இந்திர தேசம்), குடும்பம் கைவிட்ட நிலையில் கெலாங்கில் விலை மகளாகும் ஆனந்தியும் (உறுதுயர்) போதிய வருமானமன்றி அவ்வப்போது மணல் லோடு ஏற்றும் டேனியலும் ஒரே நிலையில் இருப்பவர்கள்தான். விரும்பிய வண்ணம் வாழ முடியாமல் பிழைத்துக் கிடக்கும் வழிகளை ஏற்றுக்கொண்டவர்கள்.

பிழைக்க முடியாதவர்கள், வாழ்ந்து கெட்டவர்கள், இழந்த காதலைச் சுமப்பவர்கள் என எல்லோருக்கும் வலி கொடுப்பதாகவும் ஆறுதலாகவும் அமைந்திருப்பவை பழம் நினைவுகளே. இந்த நினைவுகளின் வலி, இசையாகவும் பாடல்களாகவும் செந்தில்குமாரின் கதைகளில் தொடர்ந்து ஒலிக்கின்றன. பழங்குடிப் பாடகரான சாக்கலனின் பாடல் உலகெங்கிலும் உள்ள அகதிகளின் பாடலாகி டோக்கியோவில் ஒலிக்கிறது. லாக்கோவின் ‘டோன்ட் கோ அவே’ எனும் பிரெஞ்சு பாடல் ஏதோ ஒரு மூலையில் கசிகிறது. இதற்கெல்லாம் உச்சமாக, மதுரையின் இருண்ட சந்தில் காலத்தோடு உறைந்திருக்கும் மதுரை பெஸ்ட் முனியாண்டி விலாஸில் எங்கும் கேட்க முடியாத பழைய திரைப்பாடல்கள் எப்போதும் ஒலிக்கின்றன. இந்த இசையும் பாடலும் மனிதனுள் உறைந்திருக்கும் நினைவுகளின் வெளிப்பாடே. ஒரு மனிதன் தன் நினைவுகளை இசையாக்கி, பாடலாக்கித் தரும்போது அது நூற்றுக்கணக்கானவர்களின் நினைவுத் துயரைத் துடைக்கும் மருந்தாகிறது. அல்லது வலியைக் கிளறும் வாதையாகிறது. அதற்கு மொழியுமில்லை, திசையுமில்லை.

உண்மையில் இவ்வாறான நினைவுத் தொகுப்புகளின் வழியாக மனிதன் இன்னும் மேம்பட்டிருக்கவேண்டும். ஒரு அனுபவத்தின் வலியும் கண்ணீரும் அவனை அடுத்த முறை அவ்வாறு நடந்துகொள்ளாத பக்குவத்தைக் கொடுக்க வேண்டும். ஆனால், மனித இயல்பு அவ்வாறானதல்ல

என்பதைத்தான் ‘களவு’ கதை தெளிவுபடுத்துகிறது. புதிரான இந்த இயல்புதான், காலம் பல கடந்தும் எங்கோ தொலைவிலிருந்து டேனியல் தங்கராஜுவுடன் சியாமளா பேசினாள் என்பதை அறிந்ததும் அவனைப் பழி தீர்க்கும்படி மனத்தைத் திருப்புகிறது.

அனுபவங்களின் வழியாக தன் இயல்பை கடக்க முடியாத மனிதன் எத்தனை உயரத்துக்கு சென்றாலும் விரைவாகவே சரிந்துவிடும் அபத்தத்தையும் உணர்த்துகின்றன இந்தக் கதைகள். இந்த அபத்தம்தான் கௌதமிடம் (‘சர்வம் சௌந்தர்யம்’) பெண் பித்தாகவும், பத்மநாபனிடம் (பெட்டகங்கள்) உழைக்கவிடா போலி கௌரவமாகவும், நீதிபதியிடம் (களவு) அதிகாரமாகவும் திரிந்திருக்கின்றன. மனிதர்கள் எல்லோரும், எல்லா நேரத்திலும் இப்படி இருப்பதில்லை. சில நேரங்களில் அவனிடம் கருணையும் பரிவும் சில கணங்களேனும் விழித்திருப்பதால்தான் உலகம் இன்னும் வாழத் தகுதியாக இருக்கிறது. உல்லாச விடுதியில் தடுப்புக்கு அப்பால் தமக்கான வாடிக்கையாளர்களுக்காகக் காத்திருக்கும் பெண்களை சாமுராய்களின் வெட்டுண்ட தலைகளாகக் காணச் செய்வது அத்தகைய கருணையும் பரிவும்தான் (இந்திர தேசம்). அதே பரிவுதான் விடுதியில் சந்திக்கும் சியமந்தகாவை தோழியாக ஏற்றுக்கொள்கிறது. அவளுடைய பிள்ளைக்காக டோக்கியோவிலிருந்து அவனுக்குப் பிடித்த ‘பனானா கிரீம் பன்’னை வாங்கிக் கொண்டு வரச் செய்கிறது. அடுத்த வாடிக்கையாளருடன் தன் தோழி கண்ணாடி அறைக்குள் செல்வதற்குள் அங்கிருந்து வெளியேறவும் சொல்கிறது.

*

சொல் நேர்த்தியும் வடிவ ஒழுங்கும் சீரான மொழியும் கொண்ட செந்தில்குமாரின் கதைகள் துல்லியமான முடிவுகளின் காரணமாக திகைப்பைத் தருபவை. பல கதைகளும் தொடங்கி வளர்ந்து உச்சத்தைத் தொடும்போது எதிர்பாரா ஒரு திருப்பத்துடன் முழுமை பெறுகின்றன.

பெண் பித்தின் காரணமாக சகலத்தையும் இழந்து கிராமத்துக்கு திரும்பும் கௌதமிற்கு (‘சர்வம் சௌந்தர்யம்’) பெண் சித்தரிடமிருந்து கிடைக்கும் அடி அவ்வாறான ஒரு திருப்பத்தைக்கொண்டது. ‘களவு’, ‘பதிமூன்று மோதிரங்கள்’ ஆகியன அத்தகைய பிற கதைகள்.

இரண்டு மாறுபட்ட கலாச்சாரப் புலங்களைக் கொண்டு செந்தில்குமார் தந்திருக்கும் இக்கதைகளின் வழியே மானுடப் பொதுமையை உணர முடிகிறது. சில நேரங்களில் வியப்பையும் பல நேரங்களில் சலிப்பையும் உண்டுபண்ணும் இந்த ஆதி குணம் இதுவரையிலான மனித சமூகத்தின் வளர்ச்சியை, மேன்மையை, முன்னேற்றத்தை கேள்விக்குள்ளாக்குகிறது.

எம்.கோபாலகிருஷ்ணன்
கோவை
14-07-2023

என்னுரை

2001-ஆம் ஆண்டு செப்டம்பர் மாதம் ஒரு நல்ல மழை நாளன்று, ஜப்பானில் முதன்முதலாக வந்திறங்கினேன். மிக மேலோட்டமான அறிமுகம் தவிர ஜப்பான் பற்றி பெரிதாக எதுவும் அறிந்திருக்கவில்லை, அமெரிக்காவின் H1B விசாவிற்கு காத்திருக்கும் கால இடைவெளியில் ஒரு சின்ன ப்ராஜக்ட்தான் என்று ஒத்துக்கொண்டு சிசுவோகா பகுதிக்கு வந்திருந்தேன். விமான நிலையத்திலிருந்து என்னை அழைத்துச் சென்ற சுசுகி என்ற அந்தப் பெண், கார் பயணத்தின் இடையில் தேநீர் அருந்துவதற்காக ஒரு இடத்தில் நிறுத்தினார். அந்த இடத்தில், பாசி படிந்த பழங்கால சிறிய கருங்கல் சிற்பமாக, மழை நீர் சொட்ட புத்தர் அமர்ந்திருந்தார். சுற்றிலும் மூங்கில் மரங்களின் மீது மழை நீர் சொட்டிக்கொண்டிருந்தது. ரம்மியமான அந்த மாலைப் பொழுதில் என்றென்றைக்குமாக ஜப்பான் மீது காதலில் விழுந்தேன். இயல்பாகவே என்னுடைய பல கதைகளின் களம், நான் மிக நேசிக்கும் ஜப்பானாகவோ அல்லது தஞ்சை மாவட்டமாகவோ உள்ளது. எழுதிச்செல்ல இன்னும் கதைகள் மீதமிருக்கின்றன.

மனிதர்கள், என்னை தொடர்ந்து வியப்பில் ஆழ்த்தியபடியே இருக்கிறார்கள். புரிந்துகொள்ள முடியாதபடி வாழ்வு இன்னமும் ஆச்சர்யங்களை அளித்தபடியே இருக்கிறது. இவையெல்லாவற்றையும் எழுதி ஒரு ஒழுங்கை, தர்க்கத்தை கண்டடைய முயல்கிறேன். சமயங்களில் அவ்வண்ணம் ஒழுங்கு கூடுகிறது. சமயங்களில் எழுதினால் இன்னமும் புதிரானதாக கைக்கு சிக்காததாக மாறுகிறது. ஆனால், இந்தப் பயணம் சுவாரஸ்யமானதாக இருக்கிறது. மனதில் கருவாக உருவாகி, உறுத்திக்கொண்டிருக்கிற கதையை எழுதும்போது பெரும்பாலும் கதையின் போக்கு குறித்து எந்த முடிவுகளும் இருப்பதில்லை. எழுதிச் செல்கையில் தானாக வந்தமைவதாகவே என்னுடைய படைப்பனுபவம் இருக்கிறது.

ஏதேனும் ஒரு கதையை எழுதிக்கொண்டிருக்கும் காலங்களே எனக்கு உவகையை அளிக்கின்றன. வேலை நெருக்கடியாலோ அல்லது வேறு காரணங்களினாலோ எழுத முடியாமல் போகும்போது, மிகுந்த அலைக்கழிப்புக்கு ஆளாகிறேன். லௌகீக போட்டிகளுக்கு மத்தியில் சண்டைசெய்துகொண்டே, படைப்பூக்க மனநிலையை தக்கவைத்துக்கொள்வதென்பது சாதாரணமான காரியமாக இல்லை. அவ்விதம் சோர்வடைகிற நேரங்களில் எல்லாம் என்னை உத்வேகம் கொள்ள வைப்பதாக ஆசிரியர் ஜெயமோகனுடைய படைப்பூக்கம் இருக்கிறது. அவருக்கு என்னுடைய வணக்கங்களும் நன்றிகளும்.

சிறுகதை எழுதுவதிலுள்ள சவால் என்னை தொடர்ந்து ஈர்க்கிறது. இந்த தொகுப்பில் உள்ள கதைகள் இரண்டு ஆண்டுகள் இடைவெளியில் எழுதப்பட்டவை. வெவ்வேறு வாழ்க்கையை இந்த தொகுப்பிலுள்ள கதைகள் முன்வைத்தாலும் அடிநாதமாக விதவிதமான மனிதர்களை கண்டு இந்தக் கதைகள் அதிசயித்து நிற்பதாகத் தோன்றுகிறது.

ஒருவகையில் இசூமியின் நறுமணம் தொகுப்பு வெளியான போது இருந்த, எப்படி எதிர்கொள்ளப்படுவோமென்கிற பதட்டம் இன்றில்லை. முதல் தொகுப்பிற்கு முப்பதுக்கும் மேற்பட்ட விமர்சனக் கட்டுரைகள் வெளிவந்தன. தமிழ்ச்சூழலில் தொடர்ந்து வாசிக்கப்படுவதாக இசூமியின் நறுமணம் தொகுப்பு உள்ளது.

இந்த தொகுப்பில் உள்ள கதைகளை வெளியிட்ட கனலி, வல்லினம், தமிழினி, வனம், மற்றும் சொல்வனம் இணைய இதழ் ஆசிரியர்களுக்கு நன்றிகள்! பதிமூன்று மோதிரங்கள் தொகுப்பிற்கு முன்னுரை எழுதியுள்ள எழுத்தாளர் எம். கோபாலகிருஷ்ணன் அவர்களுக்கு எனது உளம் கனிந்த நன்றிகள். வனம் இதழில் வெளிவந்த பதிமூன்று மோதிரங்கள் சிறுகதையை படித்துவிட்டு எழுத்தாளர் எஸ்.ராமகிருஷ்ணன் அவர்கள் அனுப்பிய குறுஞ்செய்தி மிகுந்த உற்சாகத்தை அளித்தது. அவருக்கு எனது மனமார்ந்த நன்றியைத் தெரிவித்துக்கொள்கிறேன். கதைகள் வெளிவந்த காலகட்டத்திலேயே, ஏறக்குறைய எல்லாக் கதைகளையும் வாசித்துவிட்டு கருத்து தெரிவித்த ஆசிரியர் நாஞ்சில் நாடன் அவர்களுக்கு எனது மனமார்ந்த நன்றிகள். கதைகளின் முதல் வாசகராகப் படித்துவிட்டு கருத்துரைக்கும், நண்பர்

விஜயராகவன், லோகமாதேவி, ஆகியோருக்கும் எனது நன்றிகள்! இந்த தொகுப்பை குறைந்த காலத்தில், நேர்த்தியாக வெளியிட்ட யாவரும் பதிப்பகம் ஜீவ கரிகாலனுக்கு நன்றிகள்!

அயலக வாழ்க்கை என்பது உற்றார் உறவினர் அருகில் இல்லாத காரணத்தினால், எல்லாவற்றுக்கும் குடும்ப உறுப்பினர்களையே சார்ந்திருக்கும்படி அமைகிறது. எல்லாவகை நெருக்கடிகளுக்கு மத்தியிலும், தொடர்ந்து எழுதும்படியான ஒரு சூழலை எனக்கு அளித்துள்ள மனைவி காயத்ரி மற்றும் குழந்தைகள் கவின், காவியாவிற்கு என்னுடைய அன்பும், நன்றியும்!

ஒரு நீண்ட களைப்பூட்டும் விமானப் பயணம் முடிந்து அடுத்த விமானத்திற்காக, கோலாலம்பூர் விமான நிலையத்தில் நள்ளிரவில் காத்திருந்தேன். ஏறக்குறைய எல்லாக் கடைகளும் மூடப்பட்டு, பரிபூரண அமைதி அங்கு நிலவியது. விமான நிலையத்தின் இருக்கையில் சோர்வுடன் அமர்ந்திருந்தபோது, அங்கிருந்த பியானோவில் ஒரு பாகிஸ்தானிய இளைஞன் அமர்ந்து, குலாம் அலியின் கஜல் பாடலை உரக்கப் பாடியபடி வாசித்துக்கொண்டிருந்தான். யாருமில்லாத தனிமையில், அந்த இளைஞனின் பாடல் எனக்கு கொடுத்த ஆசுவாசத்தை, உங்களில் சிலருக்கு இந்த கதைகள் அளிக்கக் கூடுமென்கிற நம்பிக்கையில் இந்த தொகுப்பை உங்கள் முன்வைக்கிறேன்.

ரா.செந்தில்குமார்
டோக்கியோ
14—07—2023

பொருளடக்கம்

1. பதிமூன்று மோதிரங்கள் — 17
2. பெட்டகங்கள் — 29
3. நிவிக்குட்டியின் டெடிபியர் — 41
4. களவு — 52
5. இந்திர தேசம் — 63
6. அம்மன் சிற்பம் — 74
7. உறுதுயர் — 85
8. அய்லீன் — 95
9. சர்வம் சௌந்தர்யம் — 106
10. அழகிய சாளரங்களையுடைய வீடு — 116
11. வஸ்திராபகரணம் — 127

பதிமூன்று மோதிரங்கள்

1

உன் கைகளில் ஏன் இவ்வளவு கரும்புள்ளிகள்? என்பதுதான் திருமணத்துக்கு பிறகு அருணா கேட்ட முதல் கேள்வி. கபுகிச்சோவில் மலிவான பணத்துக்கு ஒத்துக்கொண்ட எத்தியோப்பியகாரியும் இதே கேள்வியை கேட்டாள். நல்ல மதுபோதையினூடான கலவியில், சட்டென்று வந்து விழுந்த அந்த கேள்வி பாண்டியனுக்கு இன்னும் உக்கிரத்தை கொடுத்தது. ஜப்பானிய நிக்கா விஸ்கி வீரியமிழந்த விடியற்காலைகளில், தூக்கமிழந்து கைகளை தடவி பார்ப்பதுண்டு. அப்போதெல்லாம், தந்தூரி அடுப்பில் தீய்வதற்கு முன், நானை எடுக்கும் அவசரத்தில் கைகளை உள்ளே விடுகையில், சதைத்துண்டு நெருப்பில் ஒட்டிப் பொசுங்கும் மணம் நினைவிலிருந்து எழும்.

ரஃப்தா, ரஃப்தா, ஓ...மெரி என்று மெஹதி ஹாசன், ஹாகீரின் போனிலிருந்து பாடத் தொடங்கியிருந்தார். அந்த சிறிய ஒற்றை அறை கொண்ட வீட்டில் பாண்டியனுடன் சேர்ந்து நான்கு பேர் தங்கியிருந்தனர். பாண்டியன் முன்பு வேலைபார்த்த இந்திய உணவகத்தில் தான் அவர்களும் வேலை பார்த்தனர். முகம்மது ஷாகீர், வடக்கு பாகிஸ்தானிலுள்ள ஹன்சா பள்ளத்தாக்கு பகுதியைச் சேர்ந்த ஒரு மலையோர கிராமத்திலிருந்து டோக்கியோவுக்கு வந்தவன். ஊரில் அவனுக்கு சிவப்பு துப்பட்டாவை தலையைச் சுற்றியணிந்து பளீரென்று சிரிக்கும் அழகான இளம் மனைவி இருக்கிறாள். பாண்டியனைப் போலவே இரண்டாண்டுகளுக்கு ஒருமுறை சம்பளமில்லாத

ஒருமாத விடுப்பில் முகம்மது ஊருக்குப் போவான். இன்னும் இருபதாண்டுகளில் தன்னைப்போலவே மாறப்போகும் அவனை இடதுபக்கமாக சாய்ந்து பார்த்தான் பாண்டியன்.

மெலிதாய் சிரித்தான் ஷாகீர். மூன்று மாதமாக வாடகைப் பங்கை தர முடியாத பாண்டியனுடன் இன்னமும் சினேகத்துடன் இருப்பவன் ஷாகீர் மட்டுமே. பாண்டியனிடமிருந்து அறைச்சாவி பிடுங்கப்பட்டு இரண்டு வாரங்கள் ஆகிவிட்டன. ஒவ்வொரு நாளும், இனி இந்த அறைக்கு திரும்பக்கூடாது என்று நினைத்துக்கொண்டு வெளியேறி, எங்கெங்கோ சுற்றி, அடுத்து என்ன செய்வது என்று தெரியாமல், மறுபடியும், நள்ளிரவில் அறைக்குத் திரும்புவது வழக்கமாகியிருந்தது. முந்தைய தினமும் சாப்பிடவில்லையென்பதால் எழுந்தவுடன் வயிற்று வலி ஆரம்பித்துவிட்டதா என்றறிய அச்சத்துடன் இடதுபுறமாக நிமிர்ந்து, வயிற்றைக் குறுக்கிப் பார்த்தான். இன்னும் வலி ஆரம்பிக்கவில்லை என்றுணர்ந்து, சற்று நிம்மதியுடன் கழிவறைக்கு சென்றான் பாண்டியன்.

மூன்று வருடங்களுக்கு முன்பு வேலை செய்து கொண்டிருந்த தாஜ் உணவகத்தின் முதலாளி தீபக் மேத்தா வரச்சொன்னதாக ஷாகீர் சொல்லியிருந்தான். வெள்ளி இரவுகளில் உணவகத்தில் பெல்லி டான்ஸ் ஏற்பாடு செய்வார் தீபக். எகிப்து, துருக்கி நாட்டைச் சேர்ந்த உயரமான பெண்கள் சுற்றிச்சுற்றி வந்து ஆடுவதைக் காண வாரம் முழுவதும் அலுவலகத்தில் களைத்துப்போன ஜப்பானியர்கள் கூட்டம்கூட்டமாக வருவதுண்டு. எட்டுமணிக்கு மேல் அரபிய பாடல்களும் இந்திப் பாடல்களும் அதிர பெண்கள் இடுப்பை சுழற்றிக் கொண்டிருக்கையில், கண்ணாடி தடுப்புக்குள்ளே தணலெரியும் அடுப்பின் முன் நிற்கும் சமையல்காரர்களுக்கு எந்த சத்தமும் கேட்பதில்லை. முழு மௌனத்தில் பெண்கள் ஆடுவதும், முதிய ஜப்பானியர்கள் போதையில்

சிரிப்பதும் கனவிலெழும் காட்சியென நிகழும். கடைசியாக முழுமையான ஒரு சொற்றொடரை எப்போது, யாரிடம் பேசினோம் என்று யோசித்தான் பாண்டியன். காலை ஏழு மணிக்கு காய்கறிகளை வெட்டுவதில் தொடங்கும் வேலை, இரவு பதினொரு மணிக்கு, மீத உணவை கொட்டும் சாக்கடை வழியாக கரப்பான் பூச்சிகள் மேலேறிவிடாமல் இருக்க, வெந்நீர் கொதிக்க வைத்து அந்த குழாயில் கொட்டும்வரை நீளும். மொத்தமாக எத்தனை வார்த்தைகளை அந்த நாளில் பேசினோம் என்று எண்ணியபடி வேலையிலிருந்து திரும்பி கடைசி மெட்ரோ ரயிலில் வீடு திரும்புவான் பாண்டியன்.

சிம்பாசியிலிருந்த தாஜ் உணவகத்துக்கு சென்றபோது, உணவு நேரம் இன்னும் ஆரம்பமாக வில்லையென்பதால் கூட்டமில்லை. பாண்டியனைப் பார்த்தவுடன் அதுவரை, எதிரே அமர்ந்திருந்த நடனப்பெண்ணிடம் சிரித்துப் பேசிக்கொண்டிருந்த தீபக், சட்டென்று முகத்தை கடுமையாக்கிக் கொண்டதுபோல் பட்டது.

பாண்டியன் கூறிய வணக்கத்தை பொருட்படுத்தாதவராக, "இரண்டு அல்லது மூன்று வாரங்கள் கழித்து சொல்லியனுப்புகிறேன்" என்றார் தீபக் மேத்தா. எதிரிலிருந்த துருக்கிய பெண்ணின் நீள்வாகு முகமும், காதோர கற்றைமுடியும் அருணாவை ஞாபகப்படுத்தியது. அவள் நிமிர்ந்து பாண்டியனை பார்த்த பார்வையில் இருந்த வெறுமையில் சட்டென்று மனம்

சுருண்டது. இங்கிருக்கும் பெண்களின் பார்வையில் நாம் படுவதேயில்லை என்பது ஜப்பானுக்கு வந்த சில நாட்களில் பாண்டியனுக்கு புரிந்துபோயிற்று. அவர்கள் ஒரு சுவற்றை கடப்பது போல், கடன் கட்டமுடியாது கைவிடப்பட்டு, முழுவதும் வேர்களால் சூழப்பட்டு பாழடைந்த மரவீடுகளை கடந்து போவது போல், அவனை கடந்து சென்றார்கள். அப்படி அவர்களை கடக்க நேரும் இரவுகளிலெல்லாம்

சாக்கே குடித்தபடி, பால்கனிக்கு வெளியே தெரியும் தூரவானில் மேகங்களுக்கிடையே அருணா உடனான கூடல்களை நினைவிலெழுப்பி மௌனமாக கண்ணீர் சொரிந்தபடி அமர்ந்திருப்பான்.

இன்னமும் அங்கேயே நின்ற பாண்டியனை பார்த்து, "கிச்சனுக்குள்ளேயே முழுநேரமும் குடிப்பாயாமே?" என்று கேட்டார் தீபக். அவர் அப்படி கேட்டவுடன், கண்ணாடி தடுப்புக்கு அந்தப்பக்கம் மாவு பிசைந்து கொண்டிருந்தவன் தலையைக் குனிந்து கொண்டான். இனி அவர் கூப்பிடவே போவதில்லை. திரும்பி நடந்தான் பாண்டியன்.

டோக்கியோ இம்பிரீயல் அரண்மனைக்கு முன்னிருக்கும் அகழியில் தனித்தலையும் அன்னப்பறவையை பார்க்கவேண்டும் என்று தோன்றியது பாண்டியனுக்கு.

2

வசந்த காலத்தின் குளிர் காற்றில் இன்னும் மீதமிருந்தது. இதமான வெயில் நிலமெங்கும் பரவியிருந்தது. சில வாரங்கள் முன்பு சகுரா மலர்கள் சட்டென்று பூத்துக்குலுங்கி, சருகுகளாய் கொட்டி விட்ட சோகத்தை ஆற்றுவதுபோல், வெல்வெட் நிற சுமி இரே மலர்கள் அரகவா ஆற்றின் இருபுறமும் மலர்ந்திருந்தது. அதைப் பார்த்தபடியே காலை நடை முடித்து வீடு திரும்பும் வழியில் எப்போதும் காபி அருந்தும், கம்பினி கடை உள்ளே வந்தபோதுதான் வித்தியாசமாக உணர்ந்தார் ஜீவானந்தம். அந்த காலை வேளையிலும், ஏழெட்டு பேர் கடையின் உள்ளே பொருட்களை தேடிக்கொண்டிருந்தனர். வாடிக்கையாளர்களை வரவேற்பதற்காக தலைதூக்கி "இரசாய்மாஷே" என்ற சிவோரி, ஜீவானந்தத்தின் முகத்திலிருந்த ஆச்சர்யத்தை உணர்ந்து சிரித்தாள்.

டிராக் சூட் அணிந்த ஒரு இளம் கணவன் தனது பிளாஸ்டிக் கூடையில், காண்டம் பாக்கெட்டுகளை அள்ளி வைத்திருந்தான். அவனுக்கு முன்பாக ஓடிய

சிறுமியின் கூடையில், சோப்பு நுரையில் பல குமிழிகளை உருவாக்கும் துப்பாக்கி இருந்தது. இரண்டுக்குமுள்ள ஒற்றுமை, புன்னகையை வரவழைத்தது. ஒரு ஜப்பானிய முதியவர் உடனடியாக தயார் செய்யக்கூடிய நூடுல்ஸ் டப்பாக்களை அள்ளி வைத்திருந்தார். பொருட்களின் விலை எழுதிய அட்டையை கவனித்தபோதுதான் என்ன நடக்கிறது என்பது புரிந்தது.

வரிசையில் நின்று கவுண்டருக்கு சென்று, காபிக்கான நூறு யென்னை எடுத்து நீட்டினார் ஜீவானந்தம். சிவோரி பேப்பர் கப்பை எடுத்து தந்தாள். "சிவோரி சான், என்ன நடக்கிறது? ஏன் இத்தனை மலிவாக விலை குறைக்கப்பட்டுள்ளது?". அவள் சிரித்தபடி வாயில் விரலை வைத்து, "பேச வேண்டாம்" என்பது போல் சைகை காட்டினாள். பிறகு வெளியே எழுதப்பட்டிருக்கும் போர்டை சுட்டிக் காட்டினாள். பின்பு நின்றிருக்கும் முதியவரை உத்தேசித்து, ஜீவானந்தம் நகர்ந்து வெளியே வந்தார். காபிக்கான எந்திரத்தில், எப்போதும் குடிக்கும் சூடான அமெரிக்கன் காபியை தேர்ந்தெடுத்தார். காபித்தூள் அரைக்கும் சத்தமும் அந்த மணமும் எப்போதும் அளிக்கும் பரவசத்தை தந்தது.

"வியாபார காரணங்களுக்காக இந்தக் கிளை மூடப்படுகிறது. எனவே இன்றிலிருந்து மூன்று தினங்களுக்கு அனைத்துப் பொருட்களின் விலையும் குறைக்கப்பட்டுள்ளது" என்றெழுதிய போர்டை நம்ப முடியாமல் மீண்டும் ஒருமுறை படித்தார் ஜீவானந்தம். சட்டென்று ஒரு சோகம் மனதை பிசைந்தது.

ஒவ்வொரு ஐந்து நிமிட நடையிலும் ஒரு கம்பினியை அடைந்துவிடலாம் என்பது போல், ஜப்பான் முழுவதும் இவ்வகை கம்பினி கடைகள் நிறைந்திருந்தன. இருபத்தி நான்கு மணி நேரமும் இயங்கக்கூடிய இந்தக் கடைகளில், நிறைய மாணவர்கள் பகுதி நேர வேலையாக பணிபுரிந்தனர். சில நாட்களில் அவர்கள் படிப்பு முடித்து வெவ்வேறு இடங்களுக்கு சென்றுவிடுவார்கள் என்பதால்,

ரா.செந்தில்குமார்

ஆட்கள் மாறிக்கொண்டேயிருப்பார்கள். ஆனால், சிவோரி இந்த பதினைந்து வருடங்களில் மாறவேயில்லை. திடீரென்று விழித்துக்கொள்ளும் பின்னிரவுகளில், சற்று நேரம் நடந்து வந்து, ஒரு அசாஹி டின் பியர் வாங்கி, அங்கேயே வெளியில் நின்று ஜீவானந்தம் குடிப்பதுண்டு. வாடிக்கையாளர் யாருமில்லையெனில் சிவோரி வெளியில் வந்து பேசிக்கொண்டிருப்பாள். இந்த பதினைந்து வருடங்களில் அவள் அமர்ந்து பார்த்ததேயில்லை. சொல்லப்போனால், கம்பினிகளின் கவுண்டரில் அப்படி ஒரு இருக்கையே இல்லை. யாருமில்லாத இரவுகளில் கூட, புத்தகங்களை அடுக்குவது, பொருட்கள் கெட்டுப்போகக் கூடிய தேதி நேரத்தை கணக்கிட்டு அவற்றை ஒதுக்கி வைப்பது, பணத்தை எண்ணி வைப்பது என்று சிவோரி செய்ய எப்போதும் வேலைகள் இருந்தன. தனிமையான இரவுகளில் மெலிதாக ஒலிக்கும் ஜப்பானிய பாப் இசையின் ஊடாக அப்படி ஒருத்தி இயங்கிக்கொண்டிருப்பது அளிக்கும் ஆறுதல், இறைவனின் கருணையல்லாமல் வேறு என்ன?

"எனக்கு வேலை செய்யப் பிடிக்கவில்லை" என்று தனக்குத்தானே தொடர்ந்து சொல்லிக்கொள்ளும் ஒரு நடுத்தர வயது ஜப்பானிய ஆசாமியை இங்குதான் பார்த்தார் ஜீவா. கசங்கியிருந்த மலிவான காக்கி நிற சூட் அணிந்திருந்தார் அந்த ஜப்பானியர். தோளில் தொங்கிய அலுவலகப் பையுடன் வேலை முடிந்து வீட்டுக்குச் செல்லும் வழியில் அவர் இந்த கம்பினிக்குள் நுழைந்திருந்தார். பியர் டின்களை வாங்கி அடுக்கிக்கொண்டிருக்கும்போது, ஜீவாவிடம் தான் அவர் பேசுவதாக எண்ணி, பதிலளிக்க முற்படுகையில் அவர் மீண்டும் சொன்னார். "வேலை செய்ய பிடிக்கவேயில்லையே", இதை தொடர்ந்து கூறியபடி மலிவான ஷாக்கே பாட்டிலை வாங்கிச்சென்று கார் நிறுத்துமிடத்திலிருந்த அந்த அழகான மேப்பிள் மரத்தினடியில் நின்று குடித்தார். அப்போதும் அவர் வாய் முணுமுணுத்துக்

கொண்டேயிருந்தது. பிறகும், அவரை அங்கு அடிக்கடி பார்க்க முடிந்தது. இனி அவர் எங்கு சென்று தனக்கான ஷாக்கே பாட்டிலை வாங்கக் கூடும்? அந்த மேப்பிள் மரம் அவருக்களித்த ஆறுதலை வேறு எங்கே பெற முடியும்?

வாடிக்கையாளர்கள் கொஞ்சம் ஓய்ந்திருந்த பொழுதில் கண்ணாடி வழியாக, சிவோரி தனது அழகிய முட்டை வடிவ முகத்தில் எப்போதுமிருக்கும் புன்னகையுடன் தெரிந்தாள். அவள் எப்போதும் அணியும் நீல நிற ஜீன்சும், கம்பினியின் சீருடையான கோடுகள் போட்ட சட்டையும் அணிந்திருந்தாள். சிவோரி என்றால் ஜப்பானிய மொழியில் புத்தகத்தில் வைக்கப்படும் புத்தகக்குறி என்று அர்த்தம். இந்தக் கடை மூடப்பட்டபின் வேறு எந்த புத்தகத்திற்கு செல்வாள் சிவோரி?

இந்தப் பகுதியில் வீடு வாங்கி குடியேறியபோது, சின்மயிக்கு மூன்று வயது. பனி கொட்டும் நடு இரவுகளில் திடீரென்று எழுந்து அழுவாள். டர்ட்டில் டிஷர்ட்டும், கனத்த டிராக்ஷூட்டும் அணிந்து மேலே ஜெர்கின் போட்டு, மப்ளர் சுற்றி, தலைக்குமேல் குல்லா அணிந்து இதே கம்பினிக்கு ஓடி வருவார் ஜீவானந்தம். பால் டப்பாக்களை அடுக்கிக்கொண்டு வீட்டுக்குத் திரும்பும்போது சின்மயி தூங்கிப் போயிருப்பாள்.

முதன்முதலில், சின்மயியை அழைத்துக்கொண்டு மனைவியுடன், கசாய் பூங்காவில் மிக மெதுவாக சுற்றும் ராட்சஸ ஃபெரி வீல் ராட்டினத்தில் ஏறியது இன்று நிகழ்ந்ததுபோல் இருக்கிறது. ஒரு முழுமையான சுற்று முடிய முப்பது நிமிடங்கள் ஆகின. உச்சியில் அவர்களுடைய பெட்டி இருந்தபோது, தூரத்தில் ஒடைபா ஆற்றில் மிதக்கும் வண்ண விளக்குகளால் அலங்கரிக்கப்பட்ட சுற்றுலாப் படகுகளை சின்மயிக்கு காட்டினார், ஜீவானந்தம். ஒரு முழுச்சுற்று. நிதானமாக சுற்றி தரைக்கு வரும்போது சின்மயி அவர்களைப் பிரிந்து அமெரிக்க பல்கலைக்கழகம் சென்றிருந்தாள்.

3

கம்பினியிலிருந்து வீடுநோக்கி திரும்பி நடக்கையில் ஜீவாவின் ஐபோன் அதிர்ந்தது. டோக்கியோவின் தொலைபேசி எண்ணை அது காட்டியது.

டோக்கியோ மருத்துவ காப்பீடு அலுவலகத்திலிருந்து பேசுகிறோம். உங்களுடைய எண்ணை, டோக்கியோ சமூக நல அலுவலகம் மூலம் பெற்றோம். நாங்கள் ஒரு சிக்கலில் இருக்கிறோம். எங்களுக்கு உதவ முடியுமா?

நிச்சயம் என்னாலானதை செய்கிறேன். சொல்லுங்கள்.

அந்தப் பெண் சற்று தயங்கி பிறகு கூறினாள். "இரு மாதங்களுக்கு முன் டோக்கியோ அரண்மனையருகே ஒரு இந்தியர் சுருண்டு விழுந்து கிடந்தார். அவரை கண்டெடுத்து மருத்துவமனையில் சேர்த்திருந்தோம். அவருடைய உடல் நிலை சரியாகிவிட்டாலும், மன நிலை சற்று கவலைக்குரியதாக இருக்கிறது."

யார் அவர்? என்ன அவருக்கு?

அவருடைய பெயர் பாண்டியன். அவர் இங்கு பல ஆண்டுகளாக இந்திய உணவகங்களில் வேலை பார்த்திருக்கிறார். நீண்ட நாள் குடியில் உடல்நலன் கெட்டிருந்தது. அது ஓரளவுக்கு சரியாகிவிட்டாலும், அவர் பேசும் எதுவும் கோர்வையாக இல்லை. தன்னுடைய தாய்மொழியென தமிழை குறிப்பிட்டுள்ளார். எனவே சமூக நலத்துறை மூலம் தமிழ் மற்றும் ஜப்பானிய மொழி தெரிந்தவர் என்கிற முறையில் உங்களை தொடர்பு கொண்டுள்ளோம். இந்தியாவிலிருக்கும் அவரது குடும்பத்தினருடன் பேச நீங்கள் உதவ செய்யமுடியுமா?

இந்த ஒரு வருடத்தில் இது நான்காவது கேஸ். என்னதான் பிரச்சினை இவர்களுக்கு, என்று யோசித்தார் ஜீவானந்தம்.

சிவகங்கைக்கு அருகே புலரி என்கிற கிராமத்தில் இருந்தது பாண்டியனின் குடும்பம். அவரது மனைவி

அருணாவிடம் தகவலைச் சொன்னபோது அவள் அழுதாள். கல்லூரிக்குச் செல்லும் பாண்டியனின் மகள் போனை வாங்கி "அப்பாவுக்கு எப்படியிருக்கு அங்கிள்?", என்று கேட்டாள்.

4

இந்திய தூதரகத்தின் உதவியோடு பாண்டியனை பத்திரமாக தமிழகத்திற்கு திருப்பி அனுப்பிய பிறகு, சில நாட்கள் கழித்து ஒரு நள்ளிரவு அவரது மகளுடைய வாட்சப் எண்ணிலிருந்து அழைத்தார் பாண்டியன்.

"சார், எனக்கொரு உதவி செய்யணும். வெலை கூடின கல்லு பதிச்ச பதிமூணு மோதிரங்க, அகிஹாபாராலே உள்ள ஒரு கடை லே வுட்டுட்டு வந்துட்டேன். அதை மட்டும் வாங்கி கொடுங்க சார்", என்றார்.

"போனை உங்க பொண்ணுகிட்டே கொடுங்க பாண்டியன்", என்றார் ஜீவானந்தம்.

"அங்கிள், சொல்லுங்க அங்கிள்", என்றாள் பாண்டியனின் மகள்.

"இனிமே போனை அப்பாகிட்டே கொடுக்காதேம்மா. இங்கே ராத்திரி இரண்டு மணி ஆகுது. அவருக்கு மனசு சரியில்லை."

"சாரி அங்கிள். அவரு, இங்க வந்தப்புறம் எல்லாருகிட்டேயும் நல்லாதான் பேசுறாரு. மோதிரங்களை வுட்டுட்டு வந்துட்டேன்னு அடிக்கடி புலம்புறாரு. அதான் உங்க கிட்டே பேச கொடுத்தேன். சாரி" என்றாள்.

மூன்று நாட்கள் கழித்து மீண்டும் ஒரு நள்ளிரவு அழைத்தார் பாண்டியன்.

"சார், அகிஹாபாரா இரண்டாவது சோமேலேதான் என்னோட அந்த நகையெல்லாம் இருக்கு. ஹாஸ்பிட்டலேருந்து நேரா ஏர்போர்ட்டுக்கு அனுப்பிட்டானுக. வாங்க முடியாம போச்சு.

கொஞ்சம் வாங்கி கொடுங்க சார்'', என்றார் பாண்டியன்.

ஜீவானந்தம் ஒன்றும் பேசாமல், போனை கட் செய்து, அந்த எண்ணை தடை செய்தார்.

அந்த வார ஞாயிற்றுகிழமை, அந்த முகவரிக்குப் போய் பார்த்தால் தான் என்ன? என்று யோசித்தார் ஜீவானந்தம்.

அகிஹாபாராவின் ரயில் நிலையம், சுற்றுலாப் பயணிகளால் நிரம்பியிருந்தது. ரயில்வே நிலையத்தின் வெளியே, புல்லாங்குழலின் இசையோடு, டிரம்ஸ் அதிர்ந்து கொண்டிருந்தது. தென்னமெரிக்கா நாடான பெரு நாட்டின் பாரம்பரிய உடையணிந்து, அந்த இசைக்குழுவினர் பாடிக்கொண்டிருந்தார்கள். கீழே ஜீன்ஸ் பேண்ட் அணிந்து, மேலே பல வண்ணங்களில் தொங்கிய நீண்ட அங்கியைப் போர்த்தியிருந்தனர். அந்த உடை முழங்கால் வரை நீண்டிருந்தது. இருவர் புல்லாங்குழல் வாசிக்க, ஒருவர் கிதார் இசைத்துக்கொண்டிருந்தார். நடுவில் அமர்ந்திருந்தவர் டிரம்ஸ் இசைத்துக்கொண்டிருந்தார். அவர்களில் நடு நாயகமாக நின்றிருந்தவர், உச்சஸ்தாயியில் சாக்கலனின் புகழ் பெற்ற அந்தப் பாடலை பாடிக்கொண்டிருந்தார்.

"அதிகாலையில் துயிலெழுகிறேன்
சகோதரர்களோடு வேலைக்கு செல்வதற்காக
தாயுமில்லை, தந்தையுமில்லை
நாய் கூட எனைக் கண்டு குரைப்பதில்லை.
மீதமிருப்பதெல்லாம் நம்பிக்கை மட்டுமே.
இங்கு புதிய வாழ்வினை தேடுகிறேன்
பணமே பிரதானமான இந்த நகரம் கொடியது.
கடவுளின் அருளால் நான் வெல்வேன்.
அன்பே, நீ அருகிலிருந்தால் மகிழ்வேன்!."

கடுமையான வறுமையால் பாதிக்கப்பட்ட ஆண்டியென் குடியேறிகள், பெருவின் லிமா

மலையில், குடியேறி தங்களுடைய வாழ்வை அமைத்துக்கொண்டனர். அவர்களில் ஒருவரான சாக்கலன், தன்னுடைய இனத்திற்காக, இந்தப் பாடலை பாடினார். இந்தப் பாடல் புலம் பெயர்ந்தவர்களின் தேசியகீதமாக உலகமெங்கும் பாடப்பட்டது.

உலகின் இன்னொரு மூலையான டோக்கியோவில் இந்தப் பாடலை பாடிக்கொண்டிருந்தனர். அந்த இசையினை ரசித்துக்கேட்டபடி ஒரு சிறிய கூட்டம் சூழ்ந்திருந்தது. வேலை முடிந்து திரும்புகையில், பியர் அருந்தி அன்றைய அலுப்பினை போக்கியிருந்த ஒரு நடுத்தர வயது ஜப்பானியர் கால்களுக்கு கீழே அலுவலகப்பையை வைத்துவிட்டு பாடலுக்கேற்ப கை தட்டிக்கொண்டிருந்தார். முகத்தில் அலாதியான புன்னகை. இளம் மஞ்சள் ஸ்கார்ட்டும், வெள்ளை நிற மேல்சட்டையுமணிந்த ஐரோப்பிய பெண் அழகாக தலையாட்டியபடி அங்கிருந்தாள். அங்கிருந்த அனைவரின் கவனத்தையும் நடனமாடிக்கொண்டிருந்த ஒரு ஜப்பானிய வீடிலி ஈர்த்துக்கொண்டிருந்தார். ஒரு பழைய டிசர்ட்டும், அழுக்கான ஜீன்ஸும் அணிந்திருந்த அந்தக் கிழவர், கழுத்தைச்சுற்றி ஒரு வெள்ளை கர்சீப்பை கட்டியிருந்தார். அதிரும் டிரம்ஸுக்கு ஏற்ப நல்ல போதையில் ஆடிக்கொண்டிருந்தார் அவர். அவ்வபோது தனது ஜீன்ஸ் பாக்கெட்டிலிருந்து குவார்ட்டர் நிக்கா விஸ்கியை திறந்து வாயில் விட்டுக்கொண்டார்.

“நாய்கூட குரைக்க மறுக்கும் தனிமை” என்கிற வரி மீண்டும் மீண்டும் ஜீவானந்தத்தின் மனதில் ஓடியது. மனிதர்களுக்கு விதிக்கப்பட்டிருப்ப தெல்லாம் தனிமை மட்டும்தானோ! என்று தோன்றியது.

அன்பே.. நீ அருகிலிருந்தால் மகிழ்வேன்!
அன்பே.. நீ அருகிலிருந்தால் மகிழ்வேன்!

அந்தப் பாடகன் உச்சஸ்தாயியில் பாடினான்.

பாண்டியன் தந்த முகவரியை போனில் உள்ளிட்டு தேடியபோது, அது ஒரு காபி கடையைக் காட்டியது. வெளிர்நீல நிறத்தில், வெள்ளைப் பூக்கள் போட்ட ஸ்கார்ட் அணிந்த இரு இளம் ஜப்பானிய பெண்கள் கடைப்பெயர் எழுதிய அட்டையை தாங்கி வெளியில் நின்று சிரித்தனர். முகத்தின் இருபக்கமும் அழகாக கூந்தல் சுருண்டிருக்க, நெற்றி முன் மட்டும் குட்டையாக வெட்டியிருந்தார்கள். முழங்கால் வரை வெள்ளை நிற நீள சாக்ஸ் அணிந்து, முயல்குட்டிகளைப் போல் அவர்கள் தோன்றினார்கள். அவர்கள் நீட்டிய கார்டில் ஒரு மணி நேரத்திற்கு மூவாயிரம் ஜப்பானிய யென்கள் என்று எழுதியிருந்தது. அங்கிருக்கும் பெண்களில் நமக்குப் பிடித்திருக்கும் பெண்ணுடன் ஒன்றாக அமர்ந்து குடிபானங்கள் அருந்தலாம். ஆனால் எந்தப் பெண்ணையும் தொடக்கூடாது என்றாள், அந்தப் பெண். ஜீவானந்தம் எதுவும் பேசாமல் கடைக்குள் செல்ல அவளும் கூட வந்தாள். உள்ளே இருவர் அமரும் மேஜை நாற்காலிகள் பல இருந்தன. இளம்பெண்ணுடன் அமர்ந்து சிரித்துப்பேசியபடி காபி அருந்திக்கொண்டிருந்தனர். சிலர் மது அருந்திக்கொண்டிருந்தனர். அவர்களில் பெரும்பாலானோர் முதியவர்கள். தங்களுடைய கொடிய தனிமையை, பட்டாம்பூச்சியின் சிறகடிப்பு போன்ற அந்தப் பெண்களின் சிரிப்பில் கரைத்தபடி பரவசத்துடன் அமர்ந்திருந்தனர்.

தான் குடிக்க வரவில்லை என்று சொல்லி பாண்டியனின் புகைப்படத்தை போனில் காட்டி மோதிரங்கள் பற்றிக் கேட்டார் ஜீவானந்தம். அந்தப் பெண் உடனடியாக அடையாளம் கண்டு கொண்டவளாக உள்ளே சென்று ஒரு ஆல்பத்தை எடுத்து வந்து நீட்டினாள். வெவ்வேறு காலகட்டங்களில் எடுக்கப்பட்ட புகைப்படங்கள் அவை. ஒவ்வொன்றிலும் வெவ்வேறு அழகான இளம்பெண்கள், பாண்டியனுடன் அமர்ந்து காபி அருந்தியபடி சிரித்துக்கொண்டிருந்தார்கள். மொத்தம் பதிமூன்று புகைப்படங்கள் இருந்தன.

பெட்டகங்கள்

மொத்தம் நான்கு லாக்கர்கள் அந்த வேனில் இருந்தன. அதில் இரண்டு லாக்கர்கள் ஐந்தரை அடி உயரத்தில் கம்பீரமாக இருந்தன. இளம் பச்சை நிறத்திலிருந்த லாக்கர் நாலடி உயரம் இருந்தது. சாயம்போன அலுமினிய நிறத்தில் இருந்த மற்றொன்று, மூன்று அடி உயரத்தில் மற்ற பெட்டகங்களுக்கு மத்தியில் குட்டி தம்பியாக பதுங்கி அமர்ந்திருந்தது. காணூர் பங்களாவின் இருட்டான அறைகளில், வௌவால் நாற்றத்துடன், ஒட்டடை சுற்றிக் கிடந்தபோதும், இழக்காதிருந்த கம்பீரத்தை, அரைபாடி வண்டியில் ஏற்றிவைக்கப்பட்டபோதே அவை இழந்திருந்தன. அடகுக் கடைக்கு வந்த கடைசி நகை போல் அந்தப் பெட்டகங்கள் அவலத்துடன் மௌனித்திருந்தன. பெட்டகங்களை கீழே இறக்குவதற்காக, பெருமாண்டி தலைமையில் ஐந்து லோடுமேன்கள் வந்திருந்தனர்.

வேன் நகராமல் இருக்க கீழே வாகான கருங்கல்லை தேடிக் கொண்டு வந்து போட்டார் லாரி ஓட்டுனர். பிறகு, கீழே பழைய லாரி டயர்களை அடுக்கி வேனிலிருந்து ஒவ்வொரு லாக்கராக நகர்த்தி திட்டாணியில் இறக்கினார்கள். இறக்க வந்த ஆட்களில், பங்க் போல் பின்பக்கம் முடி வளர்த்திருந்த இளைஞன், ஜிகினா தாளில் சுருட்டி வைக்கப்பட்டிருந்த ஹான்ஸ் புகையிலையை இரு விரலால் எடுத்து, உள்ளங்கையில் வைத்துத் தேய்த்து, கன்னத்தின் ஓரத்தில் ஒதுக்கிக்கொண்டான். மூன்று அடி உயர குட்டி லாக்கரை அவர்கள் சுலபமாக தூக்கி வீட்டின்

உள்வாரண்டாவில் கொண்டு வந்து வைக்கும்போது, பத்மனாபன் லலிதாவின் கண்களைத் தேடினார். அவள் எங்கிருந்தாவது தன்னை வெறித்துப்பார்ப்பாள் என அவர் உள்ளுணர்வு எச்சரித்துக்கொண்டே இருந்தது.

லலிதா அறையின் ஜன்னல் கம்பியைப் பிடித்துக்கொண்டு இருளில் படிந்தபடி நடப்பதை கவனித்துக்கொண்டுதான் இருந்தாள். கானூர் பங்களாவில் அவளுடைய மாமனார் குமாரசாமி, உடலெங்கும் விபூதி மணம் கமழ, பூஜை முடிந்து கொத்துசாவிகளுடன் பெட்டகம் அருகில் செல்லும் காட்சி, அவளுக்கு நினைவில் வந்தது.

பெட்டகங்கள் வந்திறங்குவதை வராண்டாவில் நின்று பார்த்துக்கொண்டிருந்தார் பத்மனாபன். இவை என்ன விலைக்குப் போகும் என்கிற கவலை அவரைச் சூழ்ந்தது. சாயங்காலம் சேகர் கட்டாயம் வந்துவிடுவானென்று நினைத்தபோதே பயம் ஒரு குமிழியென மெலெழும்பி, அவரது நெஞ்சை அடைத்தது.

இருபதாயிரம் பணத்துக்கு ஏழு வட்டி. ஒவ்வொரு மாதமும் ஆயிரத்து நானூறு ரூபாய் அவனுக்கு தரவேண்டும். இரண்டு மாதம், அசலிலிருந்தே ஜோராக தேதி தவறாமல் வட்டி கொடுத்தாகிவிட்டது. பணம் முழுவதும் தீர்ந்ததும், இரண்டு மாதமாக வட்டி தர முடியவில்லை. பத்தரிடம் கைமாத்து கேட்டிருந்தார். கடன் தராவிட்டால் கூட பரவாயில்லை. சேகர் பற்றி சாதாரணமாக பேசிக்கொண்டிருந்ததை அவனிடமே போய் சொல்லிவிட்டானே பாவி? முந்தாநாள் அந்த சேகர் பைக்கில் வந்திறங்கியதும், எப்போதும் போல் அசட்டு சிரிப்புடன் போய் “வெளிலே கைமாத்து கேட்டுருக்கேன். இரண்டு நாள்லே வந்துடும்” என்று பத்மநாபன் சொன்னார்.

சட்டென்று பைக்கை திட்டாணியில் ஸ்டாண்ட் போட்டு நிறுத்திவிட்டு, இரண்டு படி ஏறியவன்

வேண்டுமென்றே வீட்டுக்குள் வராமல், தெருவில் செல்பவர்களுக்கு கேட்கும்படி கத்தினான். “நா வாட்ச்மேன் மவந்தான். ஒங்கவூட்டுலே எங்கப்பாரு ஒரு காலத்திலே வேலை பார்த்திருக்காருதான். இதோ இப்போ உழைச்சு சம்பாதிச்சு உமக்கே கடன் கொடுக்குறேன்லே? உம்மை மாதிரி உட்கார்ந்து சாப்பிட்டு சொத்தை அழிக்கலையே? என்னமோ எங்க வூட்டு வாட்சமேன் மவந்தானேன்னு சொன்னீராமே? அவ்வளோ ரோசமிருந்தா, வாங்கின பணத்தை வட்டியோட இப்பவே திருப்பி கொடுய்யா”, என்றான்.

சத்தம் கேட்டு வீட்டு வாசலில் தேங்காய் கடை வைத்திருக்கும் மாரியப்பன் படியேறி வந்தார். “தம்பி, விடுங்க. என்ன இருந்தாலும் பெரிய மனுசன், கன்னாபின்னானு பேசாதீங்க, எப்படியும் கொடுத்துடுவாரு”, என்றார். “ரெண்டு நாளிலே வருவேன், அசலும் வட்டியும் ரெடியா இருக்கணும்” என்று உறுமிவிட்டு பைக்கில் சென்றான் சேகர்.

ஒவ்வொரு லாக்கராக உருட்டுக்கட்டையை முட்டுக் கொடுத்து கீழே இறக்கி வைப்பதற்குள் பகல் பதினோரு மணியாகிவிட்டது. கிளிப்பச்சை நிறத்தில் இருந்த ஐந்தரையடி லாக்கர் அருகில் சென்று பார்த்தார் பத்மநாபன். “மேட் இன் திண்டுக்கல்” என்று ஆங்கிலத்தில் எழுதியிருந்தது. தன் கையிலிருந்த சாவிக்கொத்திலிருந்து ஒரு சாவியை தேடியெடுத்து, அலுமினிய நிறத்திலிருந்த சின்ன லாக்கரை திறந்தார். காணூர் பங்களாவிலிருந்தபோதே இந்த லாக்கருக்கான சாவி கிடைத்துவிட்டது. அந்த லாக்கர், எதிர்பார்த்தது போலவே காலியாக இருந்தது. மற்ற மூன்று லாக்கர்களுக்கான சாவிகள் எவ்வளவு தேடியும் கிடைக்கவில்லை. வீட்டில் கிடைத்த அனைத்து சாவிகளையும் போட்டுப் பார்த்துவிட்டார் பத்மநாபன். அவருடைய தந்தை இறந்த இந்த முப்பதாண்டுகளில் யாருக்கும் இந்த லாக்கர் பற்றிய ஞாபகம் வரவில்லை. குமாரசாமி இறக்கும்போது, கிராமத்திலிருந்த மூன்று

கோவில்களுக்கு தர்மகர்த்தாவாக இருந்தார். குடும்ப நகைகளுடன் கோவில் நகைகளையும் இந்த லாக்கர்களிலேயே பத்திரமாகப் பாதுகாத்து வந்தார். திருச்செந்தூர் சூரசம்ஹாரத்திற்கு சென்று வந்தவர் ஜன்னி கண்டு படுக்கையில் விழுந்தவுடன் எல்லா கோவில் நகைகளையும் அந்தந்த கோவில் கணக்கரிடம் ஒப்படைத்தார். படுக்கையில் இருந்த அந்த ஒரு மாதத்திற்குள் இரண்டு பிள்ளைகளுக்கும் சொத்துக்களைப் பிரித்து உயில் எழுதி, நகைகளை பெண்களுக்கு பிரித்து என பங்கீடு செய்துவிட்டார்.

ஆட்கள் சத்தம் கேட்டு, வெளியே வந்து, லாக்கர்கள் இறக்குவதை சுவாரஸ்யமில்லாமல் பார்த்தார் பத்மநாபனின் தம்பி சுந்தரேசன்.

“இந்த குட்டி லாக்கரை வேணா சேட்டுங்க எடுத்துப்பானுக. வேற எதுக்கும் சாவி இல்ல. பேரிச்சம்பழத்துக்குதான் போடணும். வேன் சத்தம் தெண்டம்” என்றார் சுந்தரேசன்.

“ராமு வரட்டும். அவன் மாத்து சாவி போட்டுட்டா, வித்துடலாம்” என்று மன்னிப்பு கேட்கும் தொனியில் சொன்னார் பத்மநாபன்.

“என்னமோ செய்ங்க. எனக்கு நைட்டு ட்ரெய்ன்லே மெட்ராசு போய் ஆவணும். ஆடிட்டிங் நேரம். இன்னைக்குள்ள தொறந்து முடிவு கட்டிடணும்”, என்றார் சுந்தரேசன்.

உச்சி வெயில் ஏறியிருந்த பொழுதில் கடுமையான பீடி நாற்றத்துடன் உள்ளே வந்தார் ராமு ஆசாரி. தலை முழுவதும் நரைத்துப் பரட்டையாக தொங்கியது. எலும்புகள் துருத்திக்கொண்டு தெரிந்த தேகத்தின் மேல் கீரிடம் போல் அந்த பரட்டை முடி படர்ந்திருந்தது. அழுக்கு வேட்டியும், மேலுடம்பில் சாயம்போன சிவப்பு ஈரிழைத் துண்டையும் சுற்றியிருந்தார்.

சிறிய வெட்டெறும்பை வைத்து முதலில் கைப்பிடிக்கு மேலிருந்த இடத்தில் சுத்தியலால் தட்டி

உள்ளிறக்கினார். ஒவ்வொரு தட்டலும் சரியாக வெட்டெறும்பின் தலையில் விழுந்தது. அதிக சத்தமில்லாது, நச்சென்று தலையில் இறக்கிவிட்டு, உடனே அந்த இடத்தை கூர்ந்து பார்த்தார் ராமு ஆசாரி. ஒரு சின்ன ஓட்டை உருவானதும், அதே போல் மற்ற மூலைகளிலும் ரிவிட் அடித்து இறக்கி சிறிய ஓட்டைகளை போட்டார். சில்லென்று கிடந்த அந்த இரும்பு லாக்கரில் முட்டுக்கொடுத்து நின்றுகொண்டு, ராமு ஆசாரி செய்வதை உற்றுப்பார்த்துக்கொண்டிருந்தான், பங்க் இளைஞன். தான் பூமியில் தோன்றியிருக்காத காலத்தில் கடைசியாக பூட்டப்பட்டவை இப்போது திறக்கப்போகிறார்கள் என்கிற எண்ணமே அவனுக்கு சிலிர்ப்பாக இருந்தது. பள்ளிக்கூட நாட்களில் சேர்த்து வைத்த இரட்டைக்கிளி தீப்பெட்டிகளின் அட்டைப் படங்கள் இப்போது எங்கே கிடக்கும் என்று யோசித்தான் அவன். இரண்டு மணி நேரத்துக்கும் மேல் ராமு ஆசாரி திரும்பத் திரும்ப ஓட்டைகள் போட்டு கூர்ந்து பார்த்துக்கொண்டிருந்தார். அலுப்புடன் வெளியே வந்து இன்னும் கொஞ்சம் ஹான்ஸை எடுத்து கன்னத்திேனாரம் இடுக்கிக்கொண்டான் பங்க் இளைஞன்.

வெகு நேரத்திற்குப் பிறகு, ராமு ஆசாரி கைப்பிடியை நகர்த்தியதும் உள்ளிறந்து கிலிங் என்று மணியோசை கேட்டது. ஒளித்து வைத்த இனிப்பை கண்டுபிடித்தெடுத்த சிறுவன் போல், பின்பக்கம் திரும்பி சிரித்து, "பெல்லு பூட்டு", என்றார். அவர் மேலும் கைப்பிடியை திருப்ப, ஒவ்வொரு மூலையிலும் அதேபோல் மணியோசை எழுந்தது. இரண்டு முறை வலதுபக்கம் கைப்பிடியை திருகி, மூன்றாவது முறை எதிர்பக்கம் முழுவதும் திருப்பியதும், க்ளக் என்ற ஒலியுடன் நான்கு மூலைகளிலும் பூட்டுக்கள் திறந்துகொண்டன. பிறகு லாக்கரை விட்டு விலகி அமர்ந்து, பெருமாண்டியின் ஆட்களை கூப்பிட்டு, "புடிச்சி இழு", என்றார். பங்க் வைத்த இளைஞன் முன்வந்து முழுபலமும்

கொடுத்து இழுத்துப்பார்த்தான். இம்மியளவு கூட கதவு நகரவில்லை. அவனை நகர சொல்லிவிட்டு, கதவின் நான்கு பக்கமும் சுத்தியலால், தட்டினார் ராமு ஆசாரி. பிறகு பங்க் இளைஞனிடன் இழுக்கும்படி சைகை செய்துவிட்டு நகர்ந்து கொண்டார். கைப்பிடியை பிடித்து இழுத்தவுடன், இரும்பு சக்கரங்களில் மண் நெறிபடும் சத்தம் எழுந்தது. மெதுவாக கதவு திறந்தது. உள்ளிருந்து குளிர்ந்த இரும்பின் மணம் பழைய நெடியுடன் கலந்து வீசியது. லாக்கர் முழுவதும் காலியாக கிடந்தது. ராமு ஆசாரி, வலது கையை உள்ளே விட்டு தடவி வெளியே தள்ளினார். தூசி பறந்து நெடியை கிளப்பியது. கீழே விழுந்த ஒட்டடையுடன், சருகு போல் காய்ந்த சம்பங்கி பூக்கள் வெளியே வந்து விழுந்தன. பங்க் இளைஞன் உற்றுப்பார்த்து "பொன்னு வைக்கிற எடத்துலே பூவு வச்சிருக்காங்கே", என்றான். மற்ற லோடுமேன்கள் சிரித்தனர். பத்மநாபன் முறைப்பதைப் பார்த்ததும், பெருமாண்டி தொண்டையை செருமி அவர்களை அடக்கினான்.

லலிதா, ஜன்னல் கம்பியிலிருந்து நகர்ந்து ஹாலின் மூலையிலிருந்த கட்டிலில் அமர்ந்தாள். சங்கர்... நூத்துக்கு தொண்ணுத்தேழு இரண்டாவது ரேங்க். லலிதாம்பிகை.. கணக்கு பாடம், நூத்துக்கு தொண்ணுத்தொம்போது முதல் ரேங்க். "புள்ளைகளா நல்லா கை தட்டுங்க" என்று செல்வநாயகம் வாத்தியார் சொன்னார். பெண்கள் பக்கமிருந்து பலமான கை தட்டலோசை எழுந்தது. லலிதா மெதுவாக எழுந்து சென்று செல்வநாயகம் சாரிடம் பேப்பரை வாங்கி திரும்பி நடந்தாள். சங்கர் முகத்தை பார்த்தாள். அவன் குனிந்துகொண்டது, வலித்தது. பேசாம அவனே முதல் ரேங்க் வாங்கியிருக்கலாம் என்று தோன்றியது. இனி சம்பங்கிப் பூ கொண்டு வந்து கொடுப்பானா? வீட்டுக்கொல்லையில் எத்தனையோ பூக்கள் இருந்தும், அவன் கொண்டு வந்து கொடுக்கும் சம்பங்கியில் வீசும் நறுமணம் தனித்துவமானது. தலையில் சூடிக்கொள்ளும்போது

பெருமையாக இருக்கும். இனி அவங்கம்மா, பூ கொண்டுபோய் கொடுக்கச் சொன்னாலும் வரமாட்டான். இரவெல்லாம் தூக்கம் பிடிக்கவில்லை. புரண்டு புரண்டு படுத்துக்கொண்டிருந்தாள். பால் பாத்திரத்தை கொண்டு வந்து நடையில் மாட்டும் சத்தம் கேட்டதும், எழுந்து சென்று வாசலில் பார்த்தாள். பிளாஸ்டிக் வாளி நிறைய நந்தியாவட்டை பூக்களுடன் அதே வாசனையுடன் சம்பங்கிப் பூ வாசலில் இருந்தது.

பத்தாவது படிக்கையில் ஒருநாள் பள்ளியில் இருக்கையிலேயே பெரியமனுசியாகிவிட்டாள் லலிதா. உடனடியாக வீட்டுக்கு தகவல் போனது. காரில் வந்து அழைத்துக்கொண்டாள் அம்மா. அடுத்த நாளே உறவினர்கள் எல்லாம் வீட்டுக்கு வந்து தலைக்கு ஊற்றினார்கள். ஏகப்பட்ட பாவாடை தாவணிகள் வைத்துக்கொடுத்தார்கள். லலிதாவுக்கு மிகவும் பிடித்த கிளிப்பச்சை நிறத்தில் பட்டுப்புடவை வாங்கி வந்தார் அப்பா. அவளுக்கு மிகவும் பிடித்த புட்டு சுட்டார்கள். இருந்த குழப்பம் எல்லாம் போய், சந்தோசமாக இருந்த நாட்கள் அவை.

லலிதாவின் பூப்படைவு நிகழ்ச்சி முடிந்தபின்பு ஒரு நாள் அவளது அப்பா, முயல் மார்க் ஜுவல்லரியில் இருந்து இரு அன்னப்பறவைகள், ஒன்றை ஒன்று நோக்கி அமர்ந்திருக்கும் பதக்கம் போட்ட தங்கச்சங்கிலி வாங்கி வந்தார். உலகில் வேறு எதையும்விட மதிப்புக்குரியதாக அந்த சங்கிலி மாறியது. தாவணி அணிந்து, அன்னப்பறவைகளை மேலே இழுத்துவிட்டுக் கொள்ளும்போதுதான், அலங்காரம் முழுமையடைந்ததாக லலிதாவுக்கு தோன்றும். வெட்கப்படுகையில் அந்த அன்னப்பறவையை எடுத்து பல்லில் கடிப்பது வழக்கமாகியிருந்தது. அந்த இரு பறவைகளில் இடதுபக்கம் உள்ள பறவை தானென்றும், வலப்பக்க பறவை யாரென்று கண்டு பிடிப்பதுதான், வாழ்வின் இனிமையான புதிரென்றும் லலிதா நம்பினாள்.

பத்மநாபன், ராமு ஆசாரி திறந்த லாக்கரை பார்த்துக்கொண்டிருந்தார். கதவு முழுவதும் வெட்டெறும்பு போட்ட பொத்தல்கள் தெரிந்தன. இனி இவற்றை யார் வாங்குவார் என்கிற கவலை தாக்க, மெதுவாக தட்டி அறைக்குள் வைத்த எதையோ தேடும் பாவனையில் உள்ளே நுழைந்தார். பழைய கணக்குகள் வைத்திருக்கும் கார்டுபோடு அலமாரியை ஓசைப்படாமல் திறந்தார். குவாட்டர் பாட்டிலில் அரைவாசி மீதமிருந்த மானிட்டர் பிராந்தியை அப்படியே வாயில் கவிழ்த்துக் கொண்டார். தொண்டையிலிருந்து வயிறு வரை எரிந்தது. இரண்டு ரூபாய்க்கு வாங்கிய காராமணி பாக்கெட் ஓரம் கிழிந்து கிடந்தது. மீதமிருந்ததை எடுத்து வாயில்போட்டுக்கொண்டார். கரப்பு வாசம் அடித்தது. சட்டென்று அலமாரியை மூடிவிட்டு வெளியே வந்து நின்றார்.

"என்ன ராமு, லாக்கரை உடைக்காம வேற சாவி போட முடியாதா?", என்று உரக்க கேட்டார்.

ராமு அசிரத்தையாக நிமிர்ந்து, பத்மநாபனை பார்த்து உதட்டை பிதுக்கி முடியாதென்று தலையசைத்தார். "சரி..சரி சீக்கிரம் ஆவட்டும்", என்றார் பத்மனாபன். எதற்கும் முயற்சி செய்து பார்ப்போமென்று, வெட்டெறும்பை கீழே வைத்து விட்டு, அவரிடமிருந்த சாவிகளை எடுத்து ராவ தொடங்கினார் ஆசாரி. ஏதேனும் ஒரு லாக்கரில் கொஞ்சம் நகைகள் மீதமிருந்தால் போதும். அதிர்ஷ்டமிருந்தால் வைரக்கற்கள் கூட இருக்கலாம். இப்படி நினைப்பது ஒன்றும் பகல் கனவு அல்ல என்று அவருக்குத் தோன்றியது. நீல நிற சுருக்குப்பையில் அப்படி சில கற்களை சின்ன வயதில் அவர் பார்த்ததுண்டு. அப்படி மட்டும் ஏதேனும் கிடைத்துவிட்டால், வாங்கிய பணத்தை அந்த சேகரின் முகத்தில் தூக்கியெறிந்துவிட்டு, "ஆமாண்டா, யானை படுத்தாலும் குதிரை மட்டம்டா" என்று சொல்லவேண்டுமென்று கருவிக்கொண்டார் பத்மநாபன்.

இரண்டாவது லாக்கர், நிறைய வேலை வைத்தது. விதவிதமான சாவிகளை ராவி உள்ளே வைத்து திறக்க முயன்று தோற்றிருந்த ராமு, எல்லாவற்றையும் கைவிட்டு வெட்டெறும்பை வைத்து ஒட்டையிட ஆரம்பித்தபோது மணி மூன்றாகியிருந்தது. உதவிக்கு இரண்டு பேர் இருந்தால் போதுமென்று பத்மநாபன் சொன்னதால் பெருமாண்டியும், பங்க் இளைஞனும் மட்டும் வெளித்திண்ணையில் அமர்ந்திருந்தார்கள். பங்க் இளைஞன் சுவாரஸ்யம் இழந்திருந்தான். ராமு ஆசாரியின் சுத்தியல் சத்தமும், ரம்பத்தின் ஓசையும் அவனை பொறுமை இழக்க வைத்திருந்தன. பத்மநாபன் மட்டும் ராமு ஆசாரியை உற்றுப்பார்த்தபடி பெஞ்சில் அமர்ந்திருந்தார். நான்கு மணி நேர போராட்டத்துக்குப் பிறகு ராமு ஆசாரி வெளியே வந்து பெருமாண்டியை கூப்பிட்டார். பத்மநாபனும் டார்ச் லைட்டை எடுத்துக்கொண்டு லாக்கர் அருகே போய் நின்றார். மூவரும் சேர்ந்து கதவை வெளியே இழுத்து திறந்தார்கள். லாக்கர் காலியாகவே இருந்தது. பெருத்த ஏமாற்றத்துடன் டார்ச் லைட்டை உள்ளே அடித்துப் பார்த்தார் பத்மநாபன். கண்களை இடுக்கிக்கொண்டு உள்ளே பார்த்த ராமு ஆசாரி "நடுத் தட்டுலே லைட்டை அடிங்க", என்றார்.

உற்றுப்பார்த்தபோது நடுத்தட்டின் வலது மூலையில் சுருக்குப்பை போல ஏதோ தெரிந்தது. சட்டென்று மகிழ்ச்சியும் பரவசமும் பொங்க கையை உள்ளே விட்டு அதை எடுத்தார். அகல் விளக்கேந்திய பெண் உருவம் பதித்த மரப்பாச்சி வெளியே வந்தது. கன்னங்கரெலேன்ற வண்ணத்தில் முழுவதும் தூசி படிந்து அந்த மரப்பாச்சி இருந்தது. அதை என்ன செய்வது என்று தெரியாமல், பார்த்துக்கொண்டு இருந்தார் பத்மநாபன். "பொம்மய போய் பூட்டி வச்சிருக்காங்கே", என்று சிரித்தான் பங்க் இளைஞன்.

பள்ளி இறுதி முடிந்ததும், உள்ளூரிலேயே வணிகவியல் பட்டப்படிப்பில் சேர்ந்தாள் லலிதா. வார இறுதிகளில் மகா டியூசன் செண்டருக்கு சென்றபோதுதான், மறுபடியும் சங்கரை பார்த்தாள்.

எந்த தயக்கமுமின்றி அவனாகவே வந்து உரிமையுடன் பேசியது பிடித்திருந்தது. அழகான ஸ்டெப் கட்டிங் சிகை அவனுக்கு அவ்வளவு பொருத்தமாக இருந்தது. எப்போதும் பூப்போட்ட சட்டையணிந்து அதை பெல் பாட்டம் பேண்டில் இன் செய்வான் சங்கர். லலிதாவுடன் பேச அவன் சந்தர்ப்பங்களை உருவாக்கிக் கொண்டான். ஒவ்வொரு வாக்கியத்தையும் கண்களில் சிரிப்புடன் முடிப்பான். ஒவ்வொரு நாளும், இனிமையான விடியல் பொழுதில், பெரிய தடாகத்தில் சுற்றித்திரியும் இரு அன்னப்பறவைகளை கனவில் கண்டாள் லலிதா. அதிலொன்று உதட்டில் சிரிப்புடன் அவளை சுற்றிச்சுற்றி வந்தது. கண் விழித்துப் பார்த்த தருணத்தில் இதயம் முழுவதும் தேனில் ஊறியதுபோல் இனித்தது.

நான்கரை மணிக்கெல்லாம், அம்மா எழுந்து காபிபோடத் தொடங்கிவிடுவாள். அய்யா எழுந்தவுடன் முகம் கழுவி உள்ளே வந்து அந்த காபியை வாங்கி குடிக்கும்போதுதான் இருவருக்கும் இடையில் சம்பாஷனை நிகழும். லலிதா தூங்குவதுபோல் படுத்திருந்தபோதுதான் காணூர் சம்பந்தம் வந்திருப்பதைப் பற்றி அய்யா, அம்மாவிடம் சொன்னார். இருவரும் எப்படியும் அந்த சம்பந்தத்தை முடித்துவிட வேண்டுமென்று பேசிக்கொண்டிருந்த போதுதான் முதன்முதலாக இந்த வீடு நிரந்தரமானதல்ல என்கிற உணர்வை அடைந்தாள் லலிதா. திருமணத்துக்கு முதல்நாள் இரவு அரித்துவாரமங்களம் ஏ.கே.பழனிவேலு மேளம் வாசித்தார். ஊரே திரண்டு நடந்த திருமணத்தில் மாப்பிள்ளை அழைப்புக்கு சாரட் வண்டி ஏற்பாடு செய்தார் அய்யா. மாப்பிள்ளை அழைப்பின்போதுதான், பத்மநாபனை முதல் முறையாக பார்த்தாள். அன்று முதல், வலப்பக்க அன்னப்பறவையின் மீது பத்மனாபனை ஒட்டவைக்க தொடர்ந்து முயன்று தோற்றுக் கொண்டேயிருந்தாள்.

மாமனார் இறந்தபின்புதான் கொஞ்சம் கொஞ்சமாக, பத்மநாபனை புரிந்துகொண்டாள் லலிதா. பத்மநாபன், பணம் சம்பாதிப்பதென்பது சொத்துக்களை விற்பதன்

வழியாகவே என்று பழகியிருந்தார். அவசரத்திற்கு பணம் வேண்டிய போதெல்லாம் துண்டு சீட்டு எழுதிக் கொடுத்து கணக்குப்பிள்ளையை அனுப்பினார். பிறகு பணம் கொடுத்திருக்கும் நபர்களிடமே, சொத்துக்களை ரிஜிஸ்தர் செய்துகொடுத்தார்.

கொஞ்சம் கொஞ்சமாக அனைத்து சொத்துக்களையும், நகைகளையும் விற்றுத் தீர்த்து, இனி எதுவுமே மிச்சமில்லையென ஆனபோதுதான், லலிதாவிடம் அன்னப்பறவைகள் போட்ட தங்கச் சங்கிலியை அடகுவைக்க கேட்டார் பத்மநாபன். அன்றுதான் பந்தலூர் மாரியம்மன் முதன்முதலாக லலிதா மீது இறங்கியது.

“எந்த சங்கிலியைடா கேக்குற? அதுலே உள்ள அன்னம் யாருன்னு நெனைச்சே?” என்று லலிதா சத்தமிட்டபோது முதலில் குழம்பிப் போன பத்மநாபன், ஏதோ ஞாபகம் வந்தவர் போல் பூஜையறைக்கு ஓடி விபூதி கிண்ணத்தை கொண்டு வந்து லலிதாவிடம் நீட்டினார். உம்ம்ம்...மென்று உருமிக்கொண்டு, விபூதியை இரு விரலால் எடுத்து அவருடைய நெற்றியில் தடவினாள். தாடையில் கைகளையேந்தி பத்மநாபன் பவ்யமாக வாங்கிக் கொண்டார். சில நாட்கள் கழித்து, அன்னப்பறவைகள் போட்ட தங்கச் சங்கிலி சட்டென்று காணாமல் போனது. காணூர் பங்களா முழுவதும் கணவனும் மனைவியுமாக தேடியும் அது அவர்களுடைய பார்வையிலிருந்து மறைந்துவிட்டது. தன்னிடம் கோபித்துக் கொண்டுதான் அன்னப்பறவைகள் பறந்துவிட்டது என்று அழுதாள் லலிதா. கைக்கு எட்டியது வாய்க்கு எட்டவில்லையே என்று வருந்தினார் பத்மநாபன்.

“இதானே கடைசி லாக்கரு. இதையும்தான் தொறந்து பாத்துபுடலாம்”, என்ற ராமு ஆசாரி, மூன்றாவது பெரிய லாக்கர் முன்பு அமர்ந்து வெட்டெறும்பை கூர் தீட்டினார்.

மூன்றாவது லாக்கரில் ராமு ஆசாரிக்கு பிடி கிடைத்திருந்தது. ஒவ்வொன்றும் தனது திறமைக்கு கொடுக்கப்பட்ட சவாலென்று அவர் கருதத் தொடங்கியிருந்தார். தேர்முட்டி அருகே இருந்த அவரது இரும்பு பட்டறையில் பம்பரத்துக்கு பூண் போட வரும் சிறுவர்கள், விவசாய காலத்தில் வரும் மண்வெட்டி ஆர்டர் தவிர இப்போதெல்லாம் பெரிய வியாபாரம் எதுமில்லை. வேப்பமர ஓரம் போய் பீடி குடித்தவர், வியர்வையும் பீடி நாற்றமுமாய் உள்ளே வந்தார். ஒன்றரை மணி நேரத்தில் நான்கு பக்க ரிவிட்டுகளை வைத்து முடித்து, கைப்பிடி அருகே சுத்தியல் கொண்டு தட்டிக்கொண்டிருந்தார். இதுதான் கடைசி லாக்கர் என்கிற எண்ணமே, பத்மநாபனுக்கு நடுக்கத்தை கொடுத்தது. ஒரு ஜோடி வளையல், ஒரே ஒரு சங்கிலி தாயே என்று அவரது வாய் முணுமுணுத்தது. ராமு ஆசாரி, பெருமாண்டி பக்கம் திரும்பி, லாக்கரின் கைப்பிடியை இழுக்கச் சொல்லி சைகை செய்தார்.

“லாக்கரை வுட்டு வெளிய போடா” என்று கத்தினாள் லலிதா. அவரையும் மீறி வெட்டெறும்பை தவற விட்டார் ராமு ஆசாரி. லோடுமேன் மூன்று பேரும் திகைத்துப்போய் நின்றனர். “லாக்கரை தொட்டா உன் குலையை அறுப்பேண்டா”, என்றாள் லலிதா. அவளது உருவத்திலிருந்தா அவ்வளவு கணீரென்று சத்தம் வந்தது என்று ராமு ஆசாரி திகைத்தார். பத்மநாபன் உள்ளே ஓடி விபூதியை தேடினார். கையில் விபூதி கிண்ணத்துடன் அருகே சென்று “லலிதா” என்று கையை நீட்டினார். “சீ.. போடா கொலமறுத்த பாவி” என்றாள் லலிதா. செய்வதறியாமல் நின்ற பத்மநாபன் சுதாரித்துக் கொண்டு வெளியே வந்து, ராமு ஆசாரியை கண்ணீர் ததும்பும் கண்களால் பார்த்து வெளியே செல்லும்படி சைகை செய்தார். பங்க் வைத்த இளைஞன் திரும்பத் திரும்ப பார்த்தபடி வெளியே போனான்.

நிவிக்குட்டியின் டெடிபியர்

“நிவி, அப்படி குதிக்காதே. ஸ்டாப் இட் நௌ”, என்று கத்தினாள் சுமித்ரா. அந்த சத்தம் கேட்டு விழித்துக்கொண்ட போதுதான் முதுகில் பாரமாக உணர்ந்தான், நரேன். மேலே ஏறி குதித்துக்கொண்டிருந்த நிவேதிதாவை கண்ணை திறக்காமலேயே, கையால் வளைத்து அணைத்து அருகில் அமுக்கிக்கொண்டான். ஐந்து நாட்கள், மெட்ரோவில் நசுங்கி அலுவலகம் சென்று, இரவு குழந்தை தூங்கியபின் திரும்பி, என மாறாத வட்டத்தில் ஓடும் வாழ்க்கை, மாபெரும் சலிப்பை தந்தது. நரேன், சமயங்களில் கண்ணாடியில் முகம் பார்க்கும்போது, குட்டைபிள்ளை தெரிந்தார். கூடவே அந்த பெரிய துருத்தியும்.

வீட்டுக்குப் பக்கத்தில் இருந்த, லாடம் அடிக்கும் பட்டறையில் வேலை பார்த்தார் குட்டபிள்ளை. காலை எட்டு மணிக்கு, வெயில், மழை என்கிற பாகுபாடில்லாமல் தலையில் இறுக்கிச் சுற்றிய பச்சைத் துண்டு முண்டாசும், கணுக்காலுக்கு மேலே ஏற்றிக் கட்டிய பழுப்பு நிற வேட்டியுமாய் அந்தப் பட்டறைக்கு வருவார். ஊனமுற்றோருக்கான சைக்கிளில் இருந்து உடைத்தெடுக்கப்பட்டு, ஓரமெல்லாம் துரு ஏறிய பச்சை நாற்காலிதான் குட்டபிள்ளையின் இருக்கை. அந்த நாற்காலிக்கு நேர்மேலே, துருத்தியின் மேல் பக்கம் கொக்கியில் இணைக்கப்பட்டு, சகடை வழியே தொங்கும் நைலான் கயிறு நிறமிழந்து ஆடும். லாடம் அடிக்கும் லத்தீப் பாய் வந்து, நெருப்பு உண்டாக்கியபின், குட்டபிள்ளை அந்த நைலான் கயிற்றை இழுக்கத்

தொடங்குவார். ஒரு பெரிய ஒட்டகத்தின் வயிறு போல் இருக்கும் அந்த துருத்தி மேலும், கீழுமாய் ஏறி இறங்கி காற்றை தள்ளி நெருப்பு கங்கை காக்கும். காலை எட்டு மணிக்கு ஆரம்பிக்கும் குட்டைபிள்ளையின் துருத்தி ஊதும் வேலை, சாயங்காலம் ஆறரை மணி வரை நீளும். சிறுபையனாக, நரேன் அந்த துருத்தியைப் பார்த்து நிற்பான்.

காப்பீட்டு நிறுவனத்திற்கான மென்பொருளை தயாரிக்க, நரேன் டோக்கியோ வந்து ஐந்து ஆண்டுகளாகி விட்டன. இரண்டாயிரத்தின் தொடக்கத்தில், இதே விதமான வேலையை செய்ய, இதுபோல் மூன்று மடங்கு ஆட்களை இந்திய நிறுவனம் பில்லிங் செய்திருக்கும். ஆனால், மாறி விட்ட சூழலில், சீன மென்பொருள் நிறுவனங்கள் பெரிய அச்சுறுத்தலாக இருந்தன. நரேனின் இந்திய நிறுவனம், எப்படியும் வாடிக்கையாளர்களை தக்கவைத்துக்கொள்ள முனைந்தது. எந்த குறுகிய கால சவால்களையும் ஒத்துக்கொண்டு, அதை மென்பொறியாளர்கள் மீது போட்டது.

வாடிக்கையாளர்களிடம் பெயரெடுக்க, ஒருவரை ஒருவர் முந்திக்கொண்டு வேலை செய்தார்கள். உண்மையில், வேலை செய்வதை விட, தினமும் நடக்கும் கூட்டங்களில், எப்படி, யாரும் சொல்லாத விஷயத்தை சொல்லி, காப்பீட்டு நிறுவனத்தின் மேலாளர் கமாதாக்கியின் கவனத்தை தன்பால் ஈர்ப்பது என்பதில் கவனமாக இருந்தார்கள். எப்போதும், மற்றவர்களை விட, தான், கம்பெனிக்கு மிகவும் பயனுள்ளவன் என்று காட்டிக்கொள்ள பிரயத்தனப்பட்டனர். இன்னொருவர் சொல்வதை கூட்டங்களில் மட்டம் தட்டிவிட்டு, வெளியே வந்து தோளில் கைபோட்டுக்கொண்டு, நட்பு பாராட்டும் போலித்தனத்தை நினைத்தபோது, நா கசந்தது. வேலைக்கு வெளியேவும், ஏன் மனிதர்கள், எப்போதும் ஏதேனும் ஒரு வகையில், தாங்கள் மேம்பட்டவர்கள் என்று சதாசர்வ காலமும்

நிரூபித்துக்கொண்டே அலைகிறார்கள் என்று தோன்றியது நரேனுக்கு.

ஏறக்குறைய மென்பொருள் நிறுவும் பணி முடிவடைந்துவிட்ட சூழலில், பராமரிப்பு பணிகளுக்கு, இவ்வளவு பேர் தேவையில்லை, என்று ஒவ்வொரு மாதமும் பில்லிங்கை குறைக்க சொன்னான், கமாதாக்கி. அடுத்து யாரை அனுப்புவது என்கிற கண்ணுக்கு தெரியாத மியூசிக்கல் சேர் ஓட்டம் நடந்து கொண்டிருந்தது. பில்லிங் முடிந்துவிட்டால், டோக்கியோ ஆபிஸ் சென்று பெஞ்சில் இருக்கவேண்டி வரும். பெஞ்ச் பட்டியலில் இணைந்துவிட்டால், இன்னும் இரண்டு மாதங்களில் வரும் அப்ரைஸல் மீட்டிங், வெறும் கண்துடைப்பாக மாறி, இதே சம்பளத்தில், இன்னுமொரு ஆண்டு தொடர வேண்டியிருக்கும்.

“அப்பா எழுந்திரிங்கப்பா” என்ற நிவேதிதா நரேனின் சிந்தனையை கலைத்தாள்.

இன்னைக்கு சாட்டர்டேதானே? இன்னும் கொஞ்சம் நேரம் அப்பா தூங்குறேன்டா குட்டி, ப்ளிஸ்..

அப்பா, நேத்து, டூத் ஃபெயரி வந்து எனக்கு காசு தந்தாங்களே..

அப்படியா? நிஜமாவா சொல்றே?

ஸி, என்று கூறி நூறு யென்னை காட்டி சிரித்தாள், நிவிக்குட்டி. அழகான கன்னக்குழி. முத்தம் கொடுத்தபோது எப்போதும் நிவிக்குட்டியிடம் எழும் பேபி கிரிம் வாசனை.

முந்தின நாள் பள்ளியில் விழுந்த கீழ் பல்லை பத்திரப்படுத்தி எடுத்துவந்தாள். “உனக்கு தெரியுமா பா?, இந்த டூத்தை நான் பில்லோவுக்கு கீழே வைச்சு தூங்குனா, நைட் டூத் ஃபெயரி வந்து கிப்ட் தருவாங்க”

இரவு மறக்காமல், அந்த பல்லை டிஷ்யூ பேப்பரில் சுற்றி, தலையணைக்கு கீழே வைத்துவிட்டு படுத்தாள்.

அவள் தூங்கியவுடன், காசு வைக்கவேண்டும் என்று நினைத்தான் நரேன். ஆனால் மறந்து விட்டது. சுமி, அவனைப் பார்த்து கண்ணடித்தாள். அவள் நூறு யென் வைத்திருக்க வேண்டும்.

டூத் ஃபெயரி வந்தப்ப நான் தூங்கிட்டேன் அப்பா. என்னை ஏன் எழுப்பலை?

டூத் ஃபெயரியை பார்க்காம இருந்தாதான், நிவிக்குட்டிக்கு காசு தருவாங்க. அதான், எழுப்பலை.

நான், இந்த காசை வச்சு கேண்டி வாங்கணும். வாங்கப்பா, ஷாப்பிங் மால் போலாம், ப்ளிஸ்.

"எப்போ பார்த்தாலும் கேண்டி வாங்கி கொடு. உன்னாலதான் இவ கெடுறா. ஓவர் செல்லம் கொடுக்குறே நீ. அதனாலதான், ஹோம் ஒர்க் கூட ஒழுங்கா பண்ணாம ஸ்கூலிருந்து மெயில் வருது", என்றாள் சுமித்ரா.

"பர்ஸ்ட் கிரேடு பிள்ளைக்கு ஹோம் ஒர்க் கொடுக்குறதே அதிகம்." நீ வாடா செல்லம், என்று நிவியை அணைத்துக்கொண்டு எழுந்தான் நரேன்.

காலை டிபனாக, வாட்டிய ப்ரெட்டை ஜாம் தொட்டு தின்றான். நிவிக்குட்டியை அழைத்துக் கொண்டு அருகிலிருந்த பூங்காவுக்கு சென்றான். சறுக்குப்பலகையில் ஜாக்கிரதையாக ஏறிச்சென்று, மேலிருந்து சறுக்கி, கீழே வந்துவிட்டு சிரித்தாள் நிவி. இப்போதே, தலைமுடி இடுப்பை தொடுகிறது. சுமியைபோலவே, நிவிக்கும் முடி அடர்த்தி. வாரவிடுமுறைகளில் மட்டுமே நிவியுடன் செலவழிக்கமுடிகிறது. ஐ போன் அதிர்ந்தது. அம்மாதான் ஊரிலிருந்து அழைக்கிறாள். வாரவிடுமுறையென்றால் நிவிக்குட்டியை வீடியோ காலில் காட்டச் சொல்லி அழைப்பாள். கேமராவை ஆன் செய்து விளையாடிக்கொண்டிருந்த நிவியை காண்பித்தான்.

ஊரிலிருந்தால், நிவிக்குட்டிக்கு தாத்தா பாட்டியின் அருகாமை, கிடைத்திருக்கும். அம்மாவும், பேரக்

குழந்தையை இப்படி போனில் கொஞ்சிக்கொண்டிருக்க வேண்டியதில்லை. முதலில் டோக்கியோவிற்கு வந்தபோது, இரண்டு வருடத்தில் திரும்பிவிட வேண்டும் என்று முடிவு செய்திருந்ததை, இப்போது நினைத்துக்கொண்டான். இந்த ஊர், ஒரு மாயச்சுழல். கொஞ்சம் கொஞ்சமாக, இதில் விழத்தொடங்கி விட்டோம். ஆரம்பத்தில் சீக்கிரம் ஊருக்குப் போய் விடலாம், என்று சொல்லிக் கொண்டிருந்த சுமியும், இப்போதெல்லாம் அதை மறந்துவிட்டாள். சென்னையில் வாங்கிய வீட்டிற்கான இஎம்ஐ, இங்குள்ள சூழலில் குழந்தைக்கு கிடைக்கக் கூடிய எதிர்காலம், அப்ரைசல் என்று ஒவ்வொரு முறையும் ஒரு கேரட் கண் முன் தொங்கவிடப்பட்டு, நடக்க வைக்கப்படும் தூரம் அதிகரித்துக் கொண்டேயிருந்தது. இனி நாமாக திரும்புவது கானல் நீர்தான். எந்த முடிவும் எடுக்க முடியாமல் தவிக்கும், நம்மைப் போன்றவர்களுக்கு தான் இந்த பிரச்சினையெல்லாம் என்று நினைத்துக் கொண்டான், நரேன்.

பதினொரு மணி வாக்கில், "போதும்டா நிவிக்குட்டி, வா போகலாம்" என்றான். "இன்னும் டூ மினிட்ஸ்ப்பா" என்று ஐந்து விரலை காட்டினாள் நிவி. ஒரு வழியாக அவளை கிளப்பி, வீட்டுக்கு சென்று குளித்து மதிய உணவை சாப்பிட்டு குட்டித்தூக்கம் போட்டான் நரேன்.

மாலை எழுவதற்குள், ஆறு முறை வீடியோ காலில் அழைத்திருந்தாள் அம்மா. இந்த வாரம் விட்டால், இனி அடுத்த வாரம்தான் நிவிக்குட்டியை பார்க்க முடியும் என்கிற ஏக்கம் அவளுக்கு. சுமித்ரா, வெளியே செல்லத் தயாராக இருந்தாள். வாரந்திர மளிகை வாங்குவதற்கு என்ற பெயரில் சென்றாலும், அந்த மாலில் உள்ள ஜீன்ஸ் மார்ட்டில் நிவிக்கு ஜீன்ஸ் டிஷர்ட் வாங்கினாள், சுமித்ரா. மணி எட்டு அடித்தபோது, "திரும்பிப்போய் சமைக்கவேண்டும், வா கிளம்பலாம்" என்றாள். "ஏய் இங்கேயே சாப்பிட்டுவிடலாம்" என்றான் நரேன். மூவரும்

அருகிலிருந்த தாய் உணவகத்தில் நுழைந்தனர். சுமித்திராவுக்கு பிடித்த தொம்யொம் சூப், கீரின் சிக்கன் கறி, நிவேதிதாவுக்கு பீட்சா ஆர்டர் செய்தனர்.

சாப்பிட்டு முடித்து, கார் நிறுத்தியிருக்கும் பார்க்கிங் செல்ல எஸ்க்லேட்டரில் ஏறி, நான்காவது தளம் வந்தார்கள். அந்த தளம் முழுவதும் விதவிதமான கிரேன் மெசின்கள் வரிசையாக நிறுத்தி வைக்கப் பட்டிருந்தன. ஒவ்வொரு இயந்திரத்துக்குள்ளும் விதவிதமான பொம்மைகள், சிலவற்றுள் ஜெம்ஸ் சாக்லேட் பாக்கெட்டுகள், சிப்ஸ் பெரிய பாக்கெட்டுகள் என விதவிதமான வண்ணத்தில் அடுக்கிவைக்கப்பட்டிருந்தன. இயந்திரங்களுக்குள் பொம்மையை எடுத்து தரும் கிரேன் கைப்பிடிகள் இருந்தன. காசு போட்டால் பக்கவாட்டிலும், மேலும் கீழுமாக நகரும் வகையில் அவை வடிவமைக்கப் பட்டிருந்தன. பெரும்பாலான இயந்திரங்கள் நூறு யென் போட்டால் விளையாடும் வகையில் இருந்தது. நூறு யென் போட்டால், கைப்பிடி அசையத் தொடங்கும். அந்த கைப்பிடியை கொண்டு பொருட்களை எடுத்து, மூலையில் உள்ள குழியில் தள்ள வேண்டும். குழியில் சரியாக பொருளை விழவைத்துவிட்டால், கீழே உள்ள பெட்டி திறக்கும். பொருளை எடுத்துக்கொள்ளலாம். பொருளை எடுக்கத் தவறினால், நூறு யென் அவ்வளவுதான். உள்ளே இருக்கும் பொருட்களின் மதிப்பு, விளையாட வருபவர்களின் ஆர்வத்தை தூண்டுவதாக இருந்தது. ஜப்பானிய பள்ளி மாணவன் ஒருவன் பள்ளிச் சீருடையுடன் முதுகில் புத்தகப்பை தொங்க, கிரேன் மெசினுக்குள் இருக்கும் ஹீயர்போனை எடுக்க போராடிக்கொண்டிருந்தான். கூட நின்ற மாணவி அவன் தோளில் தொங்கிக்கொண்டிருந்தாள்.

அந்த தளம் வந்தவுடன், நிவேதிதாவின் நடை தானாகவே நின்றது. ஒவ்வொரு வரிசையிலும், நின்று பார்த்தபடி வந்தாள். அப்போதுதான் அந்த கரடி பொம்மையை பார்த்தாள். அழகான பிங்க் நிறத்தில் கழுத்தில் சுற்றிய கட்டம் போட்ட ரிப்பனுடன்,

சிரித்தபடி, கிரேன் மெசினுக்குள் அமர்ந்திருந்தது. "அப்பா, அப்பா எனக்கு டெடிபியர் எடுத்துக்கொடு அப்பா" என்றாள் நிவி.

நரேன், கொஞ்சம் யோசித்தான். அவன் யோசிப்பதை பார்த்த நிவி, அதை சாதகமான அம்சமாக உணர்ந்து, இன்னும் பலமாக நரேனின் கையைப் பிடித்து இழுத்தாள். "அப்பா, எனக்கு டூத் ஃபெயரி கொடுத்த காசு இருக்குலே, அதை தரேன்ப்பா ப்ளிஸ்", என்றாள் நிவிக்குட்டி. நரேன் சிரித்தபடி, அந்த நூறு யென்னை வாங்கிப் போட்டவுடன், முதல் அம்புக்குறியிட்ட பொத்தான் விளக்கெரிந்தது. அந்த பொத்தானை அழுத்தினால் முன், பின்னாக மேலிருந்த கைப்பிடியை நகர்த்த முடிந்தது. மிகச்சரியாக அந்த கரடிபொம்மை இருக்கும் நேர்கோட்டில் கொண்டு நிறுத்தினான் நரேன். பிறகு இரண்டாவது அம்புக்குறியின் விளக்கெரிந்தது. அந்த பொத்தானை அழுத்தினால், இடம் வலமாக நகர்ந்தது கைப்பிடி. இப்போது நேராக கரடிபொம்மையின் மேல் கொண்டு நிறுத்தினான். நிவேதிதா மூன்றாவது பொத்தானை அமுக்கும் முன்னரே மகிழ்ச்சியில் குதித்தாள். மூன்றாவது பொத்தானை அமுக்கியவுடன், கைப்பிடியிலிருந்த இரண்டு கம்பிகளும் சரியாக கரடிபொம்மையின் அளவுக்கு விரிந்த பின் ஒரு சுற்று சுற்றி கீழே இறங்கியது.

கரடிபொம்மையின் முகத்துக்கு நேரே கீழே இறங்கி, சேர்ந்திணைந்து பொம்மையை கவ்வியது. நிவிக்குட்டியின் முகத்தில் மகிழ்ச்சி பொங்கியது. கைகளை விரித்துக்கொண்டு குதித்தாள். "அப்பா தேங்க்ஸ்ப்பா" என்று கத்தினாள். பொம்மையை கவ்விய கைப்பிடி, மேலே உயர்ந்தபோது பொம்மையை நழுவவிட்டு, கம்பி மட்டும் மேலே போனது.

அப்ப்பா.. என்று சிணுங்கினாள் நிவி. "முகத்தில் பிடிக்காதே நரேன். உடம்பில் பிடித்தால் மேலே கவ்வி வரும்" என்றாள், சுமித்ரா. "இரு, இரு இப்போ

பாரு” பர்ஸில் துழாவி இன்னொரு நூறு யென்னை எடுத்தான் நரேன். இந்த முறை கழுத்தை தாண்டி, குண்டாக இருந்த கைகளில் கோர்த்துப் பிடித்தான். இடது பக்க கம்பி மட்டும் சரியாக இடக்கையின் கீழே மாட்டியிருந்தது. கரடிபொம்மை மேலே ஒரு பக்கமாக தொங்கியபடி மேலே எழுந்தது. பாதி மேலே வந்தவுடன், பொம்மையின் கனம் தாங்காது ஒரு பக்கமாக கீழே விழுந்தது.

ஏமாற்றத்தில் நிவியின் முகம் சுண்டிப்போனது. சுமித்ரா, “ஏய் சரியா இரண்டு ஹூக்கும் மாட்டுறதுக்கு முன்னாடியே உன்னை யாரு எடுக்க சொன்னா?” என்றாள்.

மூன்றாவது நூறு யென்னை, உள்ளே போட்டான் நரேன். இந்த முறையும் சிறிது தூரம் மேலே எழும்பி, ஒரு பக்கமாக சாய்ந்து கீழே விழுந்தது. இப்போது நிவி அழுதுவிடுவாள் போலிருந்தது. கரடிபொம்மை, என்னை எடுத்துட்டு போயேன் என்பதுபோல் பரிதாபமாக குப்புற விழுந்து கிடந்தது.

“நரேன், இது வேஸ்ட். உனக்கு எடுக்கத் தெரியலை. சும்மா தேவையில்லாம காசை வீணாக்காதே. இதோட விலையே ஆயிரம் யென் தான் இருக்கும். வா போகலாம். இப்பவே முன்னூறு யென், நம்ம காசுக்கு இரு நூறு ரூபாய் காலி” என்றாள் சுமித்ரா.

டெடிபியர் என்று ஆழத்தொடங்கினாள் நிவி. “மித்ரியோட அப்பா இதே மாதிரி எடுத்துக் கொடுத்தாங்க. நீங்கதான் வேஸ்ட். நீங்கதான் எடுக்கலை”, என்றாள். “இப்போ வாயை மூடலை, ஸ்கூலுக்கு மெயில் அனுப்பிடுவேன். சும்மா, எங்கே வந்தாலும் அதை வாங்கு இதை வாங்குன்னு” என்று கத்தினாள் சுமித்ரா. அவர்கள் நின்ற இயந்திரத்துக்குப் பின்பக்கம், அன்பான்மேனை எடுக்க ஒரு குறுந்தாடி வைத்த ஜப்பானிய ஆண் தனது மனைவியுடன் முயற்சித்துக்கொண்டிருந்தான். கூடவே ஒரு குட்டிப்பையன். சுமியின் சத்தம் கேட்டு, தலையை நீட்டிப் பார்த்து, தமக்குள் ஏதோ பேசி சிரித்துக்கொண்டனர்.

“நிவிக்குட்டி இருடா, எப்படியும் உனக்கு இந்த டெடிபியரை எடுத்து தர்றேன்”. பர்ஸை திறந்துபார்த்தான் நரேன். நூறு யென் எதுவுமில்லை. ஆயிரம் யென் நோட்டை எடுத்துக்கொண்டு, காயின் சேஞ்சரிடம் சென்றான். ஆயிரம் யென் தாளை உள்ளே தள்ளியவுடன், பத்து நூறு யென்களை கொட்டின. அதை பொறுக்கிக்கொண்டு வந்து திரும்பவும் நூறு யென்னை உள்ளே போட்டான்.

ஒருவேளை, இப்போது பொம்மை வந்துவிட்டால் கூட, லாபம்தான் என்று நினைத்துக்கொண்ட சுமி, நரேன் காசு போடும் வரை பேசாமலிருந்துவிட்டு, “சொன்னா கேட்கமாட்டேங்குற நீ” என்று அலுத்துக்கொண்டாள். இந்த முறையும் பொம்மை வயிற்றை தடவிக்கொடுத்து நின்று கொண்டது கைப்பிடி.

நரேன், திரும்பத் திரும்ப நூறு யென்னை போடுவதைப் பார்த்தவுடன், அங்கிருந்து அந்த செலவில் தனது பங்கை செலுத்தவிரும்பாதவளாக சுமித்ரா மற்ற பொருட்களை பார்க்க சென்றாள். அங்கிருந்தபடியே, பொம்மை தொடர்ந்து கீழே நழுவுவதை ஓரக்கண்ணால் பார்த்தாள். திரும்பவும், பர்ஸை நரேன் திறப்பதை பார்த்தவுடன், அருகில் வந்தாள்.

“நரேன் லூசா நீ? எத்தனை நூறுயென் போடுவே?” என்றாள். அவள் சொல்வதை கவனிக்காமல் நூறு யென்னை உள்ளே போட்டான் நரேன்.

இப்போது, சுமித்ரா உண்மையில் பயந்தாள். “சனியனே, எப்போ பார்த்தாலும் செலவு வைச்சிட்டு இரு” என்றாள் நிவியை பார்த்து. நிவிக்குட்டி வாயை கோணி காண்பித்துவிட்டு, அப்பாவிடம் ஒண்டிக்கொண்டாள்.

அனைத்து, நூறு யென்களும் தீர்ந்து திரும்பவும் ஆயிரம் யென்னுடன் காயின் சேஞ்சரிடம் சென்றான் நரேன். “ஏன் இப்படி பிடிவாதம் பிடிக்கிற நரேன்”

என்று கோபமாக கத்தினாள். அதை காதில் வாங்கிக்கொள்ளாமல் நூறு யென்களை மாற்றிக் கொண்டு வந்து திரும்பவும் உள்ளே போட்டான். இப்போது நரேனின் முகம் மாறியிருந்தது. இந்த இயந்திரமும் தன்னை கேலி செய்கிறது என்று நினைத்தான். நீ அவ்வளவு ஈசியா என்னை தோற்கடிக்கமுடியாது என்று வாய்விட்டு சொல்லிக்கொண்டான்.

உள்ளே இருப்பது வெறும் கரடி பொம்மை அல்ல என்று தோன்றியது அவனுக்கு. வேர்வை பொங்கியது. இந்த முறை, பொம்மையை சரியாக கவ்வியது கிரேன். மெதுவாக நகர்த்தி, குழிக்கு மேலே கொண்டு வந்து விட்டால் போதும். ஒவ்வொரு அங்குலமாக, வலதுபக்கம் நகர்த்தினான். ஒவ்வொரு அசைவும், உயிரின் கயிற்றை பிடித்திருப்பவன் போல் நகர்த்தினான். தனது முப்பத்தி நான்கு வயது வாழ்க்கையை பணயம் இட்டவன் போல் தெரிந்தான் நரேன். மூன்றாவது அசைவில், பொம்மை ஆடி, கம்பியிலிருந்து நழுவி கீழே விழுந்து அமர்ந்தது கரடிபொம்மை. இப்போது பொம்மையின் முகத்திலிருந்த புன்னகை தன்னை நோக்கிதான் என்றுணர்ந்தான் நரேன்.

வேகமாக, பர்ஸை திறந்தான். பணமெல்லாம் தீர்ந்திருந்தது. ஏடிஎம் கார்டை எடுத்துக்கொண்டு, தளத்தின் மூலையில் மாடிப்படி அருகே இருந்த இயந்திரத்தை நோக்கி ஓடினான். பத்தாயிரம் யென் நோட்டை எடுத்து வந்து திரும்பவும் காயின் சேஞ்சரில் மாற்றினான்.

அவன் ஓடியதைப் பார்த்து, திகைத்து நின்றாள் சுமித்ரா. சுதாரித்துக்கொண்டு, அவன் திரும்பியதும், அவனிடமிருந்த பர்ஸை பிடுங்க முயன்றாள். “நாயே, உங்கப்பன் வீட்டு காசா? உன் வேலையை பாருடி” என்று உறுமினான், நரேன். இப்போது, இரண்டு வரிசைகளில் இருந்தவர்களும் ஒரு கணம் நிதானித்து, என்ன நடக்கிறது என்று பார்த்தார்கள். ஒரு தாத்தாவும்

பாட்டியும், என்ன இது? என்பதுபோல் இவர்களை பார்த்தார்கள். சுமியின் முகம் அவமானத்தில் சிவந்திருந்தது. கண்களில் நீர் பொங்கியது. அந்த வழியே போன இந்தியக் குடும்பம் நின்று தன்னை பார்ப்பதை உணர்ந்தாள். அந்தப் பெண் சுமியின் முகத்தைப் பார்த்தாள். கண்கள் சந்தித்தவுடன், வேறு எங்கோ பார்க்கும் பாவனையில் முகத்தை திருப்பினாள்.

அம்மா அழுவதையும், அப்பா திட்டியதையும் கண்ட நிவிக்குட்டிக்கு இப்போது பயம் வந்தது. அப்பாவின் காலை கட்டிக்கொண்ட நிவிக்குட்டி, “அப்பா எனக்கு இது வேணாம்ப்பா.” என்றாள், ஒருகையால் அவளை ஒதுக்கிவிட்டு, காசை போட எத்தனித்தான், நரேன். “அப்பா, நெஜமாவே எனக்கு டெடிபியர் வேண்டாம்ப்பா. இது நல்லாவே இல்லை” என்று சொல்லியபடி நரேனின் காலை பிடித்திழுத்தாள். மீறி, காசை போட முயற்சித்த நரேன், ஒருகணம் தடுமாறி, பர்ஸை நழுவவிட்டான். பர்ஸை கீழே குனிந்து எடுத்தவுடன், திரும்பி நிவியின் கன்னத்தில் அறைந்தான். வீறிட்டு அழுதாள் நிவி. சன்னதம் வந்தவன் போல் நூறு யென்னை உள்ளே போட்டு அம்புக்குறியிட்ட பொத்தானை அமுக்கினான் நரேன்.

களவு

உள்ளூர் இன்ஸ்பெக்டர், உள்ளே வந்து சல்யூட் அடித்தார். “அய்யா, அந்தாளை விசாரிச்சுட்டேன். பேரு டேனியல் தங்கதுரை தான். ஒரு பழைய லாரி வச்சுருக்காரு. திருட்டு மணல் ஓட்டுறாரு. கையோடு அழைச்சுட்டு வந்துட்டேன். ஏதும் பிரச்சினைன்னா, கேஸ் புக் செஞ்சு உள்ளே வச்சுடலாம்ய்யா” என்றார். அவருடைய குழப்பம் புரிந்தது. “அதெல்லாம் இல்லை, நீங்க அவரை உள்ளே வரச்சொல்லிட்டு போகலாம்” என்றேன். திரும்பவும் சல்யூட் அடித்துவிட்டு வெளியேறினார்.

கன்மேன் செல்வம், கதவை திறந்துவிட டேனியல் உள்ளே வந்தான். பழுப்பு நிறத்தில் பாலியஸ்டர் வேட்டியும், கோடுபோட்ட சட்டையும் அணிந்திருந்தான். தாடி முழுவதும் நரைத்திருந்தது. போலிஸ் அழைத்து வந்ததில் பயந்திருந்தான்.

“வணக்கம் அய்யா”, என்று கும்பிட்டான்.

செல்வத்தைப் பார்த்தேன். அவன் புரிந்துகொண்டு, தோளில் தொங்கும் மெஷின்கன்னுடன் அறையைவிட்டு வெளியேறி கதவை ஒட்டி நின்று கொண்டான்.

என்னை தெரியுதா டேனியல்?

ஜட்ஜய்யா கூப்பிட்டிங்கன்னு, இன்ஸ்பெக்டரு சொன்னாரு. வண்டி ஓட்டும்போது ஏதும் சைடு கொடுக்காம வந்தியான்னு மிரட்டுனாரு. இரண்டு நாளா நான் வண்டிக்கு போகலைங்க.

அவனுக்கு சுத்தமாக அடையாளம் தெரியவில்லை. தெரிவதற்கு வாய்ப்பில்லைதான். யோசித்துப் பார்த்தால், இந்த ஊருக்கு நான் பிறகு வரவேயில்லை. இந்த ஊரைப் பற்றி நினைக்கும்போதெல்லாம், சிறு வயதில் நல்ல உறக்கத்திலிருக்கும்போது, ஒழுகும் ஓடுகள் வழியாக உள்ளிறங்கும் மழை, கொடுக்கும் நடுக்கமே நினைவில் எழும். அம்மா, மழைத் தண்ணீரை உறிஞ்ச சாக்குகளை கொண்டு வந்து போட்டிருப்பாள். அதன் மீதிருந்து எழும் ஊசல் நாற்றம் இப்போதும் நாசியை நிமிண்டுகிறது. வீடு முழுவதும் ஒழுகும். வீடு என்பது என்ன, ஒரு முற்றமும், பழைய இரும்பு பீரோ வைக்கும் அறையும் தானே. ஸ்டோர்ஸ் வீடு என்றழைக்கப்படும் அந்த குடியிருப்பில் எங்கள் குடித்தனத்தையும் சேர்த்து ஆறு குடும்பங்கள் இருந்தன. எல்லாவற்றுக்கும் சேர்த்து இரண்டு லெட்ரீன். அந்த வீட்டுக்கு மாத வாடகை நாற்பது ரூபாய். சாமினாதா ரைஸ் மில்லில் கணக்கு எழுதிக் கிடைக்கும் சம்பளத்தில், ஆறு பேர் கொண்ட குடும்பத்தை காப்பாற்றியாக வேண்டிய கட்டாயத்தில் உழன்ற அப்பா, நான் பத்தாவது வகுப்பில் பள்ளியில் முதல் மாணவனாக வந்ததை காணக் கூட கொடுத்துவைக்கவில்லை. அவர் இறந்தபின்பு தாய்மாமா ஊருக்குச் சென்று ஒண்டிக்கொண்டோம். உண்மையில் இந்த ஊரை மறக்கவே இத்தனை நாள் முயன்றிருந்தேன்.

“டேனியல், என் பேரு அப்போ மாவு வெங்கட்டு. உன் கூட பத்தாவது படிச்சேன் இந்த ஊர் ஸ்கூல்லே”, என்றேன்.

அவன் கொஞ்சம் பயம் நீங்கி, சம நிலைக்கு வர முயன்றான். அப்போதும் பிடி கிடைக்காமல், “ஒண்ணா ஹாக்கி விளையாண்டிங்களா” என்றான்.

“நீ அப்போ டிஸ்ட்ரிக் ப்ளேயர்லே. செயிண்ட் ஜோசப் ஸ்கூலுக்கும், நம்ம ஸ்கூலுக்கும் நடக்குற போட்டின்னா, நீ தானே ஸ்டார். எனக்கும் அதுக்கும் வெகு தூரம். நான் படிப்ஸ் குரூப். முதல் பெஞ்ச்.

ஸ்கூல் பர்ஸ்ட் வந்தேன் டென்த்லே. எங்க வீடு மழுப்பன் தெருவுலே இருந்துச்சு. மாவுமில்லுலே வேலை பார்த்தாரு எங்கப்பா".

"ஓ.. இப்போ ஞாபகம் வருது சார். உங்கப்பா மில்லுலே கணக்கு புள்ளையா இருந்தாருலே" என்றான். கொஞ்சம் சகஜமாகியிருந்தான்.

"முதல்லே உட்காரு" என்று சேரை காட்டினேன். ஒரு ஓரமாக தயங்கி உட்கார்ந்தான் டேனியல்.

இன்னைக்கு காலைலே கருடகம்பத்துக்கிட்டே லாரி பக்கத்துலே நின்னுகிட்டு இருந்தே. நான் கார்லே இருந்து பார்த்தேன். அதான் இன்ஸ்பெக்டருகிட்டே உன்னை கூட்டிவர சொன்னேன்"

"ஆமா. அந்தப் பக்கமா சைரன் வச்ச கார் போணுச்சு, அது நீங்கதானா?. ரொம்ப ஆச்சரியமா இருக்கு சார். எப்படி என்னை கரெக்டா கண்டுபிடிச்சிங்கன்னு தெரிலை. இன்னும் உங்க சின்ன வயசு மொகத்தை என்னால ஞாபகத்துக்கு கொண்டு வர முடிலை"

இந்த ஊரில் எந்த நல்ல நினைவுகளும் இல்லை. எனவே ஊரை விட்டு வெகுவேகமாக நான் ஓடிக்கொண்டேயிருந்தேன். ஆனால், நாம் எவற்றை மறக்க நினைக்கிறோமோ அவையெல்லாம் நினைவில் இன்னும் அழமாக பதிகின்றன. இந்த ஊரும், மனிதர்களும் அப்படியே நினைவில் இருக்கிறார்கள். அப்போது, நாங்கள் பத்தாவது வகுப்பிலிருந்தோம். இருபாலாரும் சேர்ந்து படிக்கும் பள்ளியென்றாலும், உண்மையில் ஒரு வகுப்பிற்கு நான்கு அல்லது ஐந்து பெண்கள் இருந்தால் பெரிது. எங்கள் வகுப்பில், எண்ணெய் செட்டியார் வீட்டு தனம், ஒல்லிகுச்சி பிரேமா, சைன்ஸ் வாத்தியார் மகாலிங்கத்தின் மகள் சியாமளா என மூன்றே பேர் இருந்தனர். எனக்கும் சியாமளாவிற்கும் தான் படிப்பில் போட்டி இருந்தது. சியாமளா, மகாலிங்கம் சாரை போலவே நல்ல சிவந்த மேனி. சுருள் கேசம். அழகான பெரிய கண்கள். பெரும்பாலான காலை ப்ரேயர்களில் அவள் ஸ்லோகம் பாடுவாள். அவளை

எல்லா பாடங்களிலும் முந்தினாலும், எப்போதும் கணிதத்தில் என்னை தோற்கடித்தாள். கணித பேப்பர் திருத்தி வருகையில் மட்டும் அவள் முகத்தைப் பார்க்கப் பிடிக்காது. பெண்களுக்கென்று ஒரு தனி பெஞ்சு. அதற்குப் பின்பெஞ்சு ஆண்கள் வரிசை. அதில் நான் அமர்ந்திருப்பேன்.

கடைசி வரிசையில் டேனியல் தங்கதுரை இருந்தான். அவனருகே பூதமங்கலம் சாதிக், தியேட்டர் ஓனர் பையன் ராஜ மகேந்திரன் ஆகியோர் அமர்ந்திருப்பார்கள். மாப்பிள்ளை பெஞ்ச் என்றழைக்கப் பட்ட அந்த வரிசை முழுவதுமே ஸ்போர்ட்ஸ் ப்ளேயர்கள்தான். அனைவருமே இரண்டு அல்லது மூன்று வருடங்கள் கோட்டடித்துதான் பத்தாவது வந்திருந்தனர். விளையாட்டுப் போட்டிகளில் பள்ளி, தொடர்ந்து மெடல் அடிக்கவேண்டுமென்றே, சிலரை பத்தாம் வகுப்பில் நிறுத்திவைக்கும் என்பார்கள்.

டேனியல், அடுத்து என்ன பேசுவது என்று புரியாமல் முழித்துக்கொண்டிருந்தான். டிராவலர்ஸ் பங்களாவின் பெரிய ஹால், வெளியே நிற்கும் போலிஸ் இவையெல்லாம், எதுக்கு வம்பு என்கிற நிலையிலேயே அவனை வைத்திருந்தது. அவனை சகஜமாக்காமல் பேசிக்கொண்டிருப்பதில் அர்த்தமும் இல்லை. டவாலி மாணிக்கத்தை கூப்பிட்டு, அறையிலிருந்த பாட்டிலை எடுக்கச் சொன்னேன். மாணிக்கம், அம்ருத் சிங்கிள் மால்ட் விஸ்கி பாட்டிலை எடுத்து வந்தான். இரண்டு கிளாஸ் என்றதும் மாணிக்கம் குழம்பினான். பிறகு ஐஸ்பேக், தண்ணீர் கொண்டு வந்ததும் அவனை போகலாம் என்று சைகை காட்டினேன்.

என்ன டேனி அடிப்பியில்லே?

எப்பயாச்சும் உண்டு சார்.

இரண்டு கிளாஸில் மதுவை விட்டு, ஐஸ் துண்டங்களை போட்டு தண்ணீர் கலந்தேன். டேனியல் கிளாஸை எடுத்துக்கொண்டான். சியர்ஸ் சொல்லலாமா என்று தயங்கினான். “சியார்ஸ்டா

டேனி", என்றேன். எனக்கு நேரே நிமிர்த்தி சிரித்தான். பிறகு, ஒரே மூச்சில் குடித்துவிட்டு வாயை துடைத்துக்கொண்டான்.

எவ்வளோ பெரிய நெலமலே இருக்கே வெங்கட்டு. ரொம்ப சந்தோஷம். ஹைகோர்ட் ஜட்ஜ் என் ப்ரெண்டுன்னு சொன்னா யாராச்சும் நம்புவாங்களா? உன்கிட்டே சொல்றதுக்கு என்னா? மொதல்லே இன்ஸ்பெக்டரு வந்து கூப்பிட்டதும், உண்மைலே ரொம்ப பயந்துட்டேன். ஊர்லே லாரி பெருத்துபோச்சு. அப்பா செஞ்சுட்டு இருந்த தொழிலு. உன்ன மாறி நல்லா படிச்சிருந்தா, வேலைக்கு

போயிருக்கலாம். சவாரி சுத்தமா கிடையாது. மாசத்துலே நாலைஞ்சு வாட்டி மணலடிப்பேன். அதுலே ஏதாச்சும் கிடைச்சா உண்டு. மணலடிச்சது தெரிஞ்சுதான் நீ கூப்பிடுறியோன்னு ரொம்ப பயந்துட்டேன். இப்போ இருக்குற நிலைமைலே லாரியும் போச்சுதுன்னா, சிங்கிதான்.

எத்தனை பசங்க டேனி உனக்கு?

இரண்டு பசங்க. இரண்டு பேருக்கும் கல்யாணம் ஆயிடுச்சு. அவனுகளும் என்னை மாதிரியே, ஒழுங்கா படிக்கலை வெங்கட்டு. ஒருத்தன் திருப்பூர் பனியன் பேக்டரிலே வேலை பாக்குறான். இன்னொருத்தன் என்னோட லாரிலே ஓடுறான். உனக்கு எத்தனை பிள்ளைக?

ஒரு பொண்ணு. கல்யாணமாகி சிங்கப்பூர்லே இருக்கா. பேரன் இருக்கான்.

உங்கப்பா இருந்தா ரொம்ப சந்தோசபடுவாரு வெங்கட்டு. எங்கேயோ போயிட்டே.

இரண்டாவது ரவுண்ட் அவனாகவே ஊற்றிக் கொண்டான். அதையும் ஒரே மூச்சில் குடித்தான். டேனியல் வியர்த்திருந்தான்.

உனக்கு வாட்டாறு செந்திலு ஞாபகம் இருக்கா வெங்கட்டு? என்னா மாதிரி போல்வால்ட்

தாண்டுவான். நாலரை மீட்டரு அசால்ட்டா தாண்டுவான். டிஸ்ட்ரிக் கோல்ட் அடிச்சான். கால் ஒவ்வொண்ணும் சும்மா தேக்கு கணக்கா இருக்கும். போன வருசம் போயிட்டான் வெங்கட்டு. வெவசாயம் தான் ஒண்ணுமில்லாம போச்சே இந்த பக்கம். பாலிடால் குடிச்சிட்டான். நீங்க எல்லாம் இந்த ஊர வுட்டு கிளம்பினது கரெக்ட்டு வெங்கட்டு. இங்கேயிருந்தா கஷ்டம்தான்.

என்னால் செந்திலை நினைவுக்கு கொண்டுவர முடியவில்லை. கூட்டம் ஆர்ப்பரிக்க, வலது கையில் சிவப்பு கலர் ரிஸ்ட் பேண்டுடன், பெனால்டி கார்னரில் கோல் அடித்துவிட்டு, ஹாக்கி பேட் உயர்த்தி ஸ்டைலாக சுற்றி வந்த டேனியல் மட்டுமே நினைவில் இருந்தான்.

செமிபைனல் ஹாக்கி மாட்ச்லே சேலம் டீமுக்கு எதிரா நீ போட்ட கோல் ஞாபகம் இருக்கு டேனி. அதுக்கு உனக்கு பி.டி வாத்தியார் சிவராமன் நூறு ரூபாய் கொடுத்தாரு.

அது ஒரு காலம் வெங்கட்டு. அதெல்லாம் மறந்துபோச்சு. நூறு ரூபாயா கொடுத்தாரு? அவர் பெரிய ஸ்போர்ட்ஸ்மேன். காலைலே ஆறு மணிக்கு கிரவுண்ட்லே இல்லன்னா, விசில் கயித்தால காலிலேயே போடுவாரு. அப்படியெல்லாம் இப்போ ஆளு இல்லை. நீதான் இதெல்லாம் ஞாபகம் வச்சு இருக்குறே.

டென்த் பெற்றோர் நாள் விழாலே நீ ஆடுன பாட்டும் ஞாபகமிருக்கு டேனி.

ராஜா.. கண்ணு.. போகாதடி..

நீ போனா, நெஞ்சுக்கு ஆகாதடி..

எவ்வளவு கிளாப்ஸ் அந்த பாட்டுக்கு. ஒன்ஸ்மோர் கேட்டு பசங்க ரகளை செஞ்சு, திரும்ப நீ ஆடுனே. ஒரு காலை தூக்கி, இடுப்பை மட்டும் அசைத்து நீ போட்ட அந்த ஸ்டெப், அப்படியே ரவிச்சந்திரன் மாதிரி இருந்துச்சு. அவ்வளோ க்ரேஸ்.

"அதெல்லாம் போயிடுச்சு வெங்கட்டு", வெட்கத்துடன் சிரித்தான் டேனியல்.

ரவிச்சந்திரன் நடிக்க வந்தபோது, எம்ஜிஆர், சிவாஜி என இருவருமே உச்ச நட்சத்திரங்கள். ஆனால், இருவருக்குமே வயதாகியிருந்தது. ரவிச்சந்திரனின் உடல்மொழி துள்ளிக் கொண்டேயிருப்பது. நல்ல அழகன். அவருடைய நடனம் என்பது துள்ளல் தான். உடனடியாக பெண்களுக்குப் பிடித்தவராக அவர் ஆகிபோனார். அவரும் ஜெயலலிதாவும் இணைந்து நடித்த பல படங்கள் வெற்றிகரமாக ஓடின. அப்போதுதான் "நான்" திரைப்படம் வந்தது. அதில் அவர், ஜெயலலிதாவுடன் ஆடும் பாடல் தான் "ராஜா கண்ணு போகாதடி". ரவிச்சந்திரனின் உடல்மொழியில் உள்ள துள்ளலை அப்படியே கொண்டுவந்தான், டேனியல். ஜெயலலிதாபோல் வேடமிட்ட பெண்ணை சுற்றி வந்து, "நினைத்தேனா.. பார்ப்போமென்று" என்று அவன் இடுப்பை அசைத்து அந்த ஸ்டெப்பை ஆடியபோது, பெண்கள் கத்தினார்கள். பெண்கள் கத்தியதும் ஆண்கள் பக்கமிருந்து ஒன்ஸ்மோர் கேட்டார்கள். சத்தம் அதிகமானதும், சமூக அறிவியல் ஆசிரியர் தியாகராஜன் வெற்றிப்புன்னகையுடன், தலைமை ஆசிரியரிடம் வந்து மெதுவாக, ஒன்ஸ்மோருக்கு பர்மிஷன் கேட்டார். அவர்தான் வருடாவருடம் கலை நிகழ்ச்சிகளுக்கான இன்சார்ஜ். கிராப் தலையும் டைட் பேண்டும் அணிந்து சினிமா ஹீரோபோல் தான் பள்ளிக்கு வருவார் தியாகராஜன். அவருடைய உடல்வாகுக்கும், குரலுக்கும் சம்பந்தமேயிருக்காது. பெண்களைப்போல் ஹஸ்கி வாய்ஸில் பேசுவார் தியாகராஜன். நல்ல மூடிலிருந்த தலைமையாசிரியர், சிரித்தபடி ஒன்ஸ்மோருக்கு அனுமதி கொடுத்தார். தியாகராஜன் சார், திரும்பி சந்திரிகா டீச்சரைப் பார்த்து மர்மப் புன்னகை சிந்தியபடி, மேடைக்குச் சென்று, டேனியலை திரும்ப ஆடச் சொன்னார். டேனியல், அதேபோல் துள்ளலுடன், இன்னும் அதிக உற்சாகத்துடன் ஆடினான். பெண்கள் கைதட்டினார்கள்.

திரும்பி சியாமளாவைப் பார்த்தேன். அவளும் கத்தினாள். அவளுக்கு ஏன் இந்த கழுதை கூத்தெல்லாம் பிடிக்கிறது என்று கோபம் வந்தது.

“அந்த டான்ஸ்லேதானே சியாமளாவை பிடிச்சே”, என்றேன்.

நிமிர்ந்து பார்த்து சிரித்தான், டேனியல். “அதெல்லாம் இல்ல வெங்கட்டு. அதுக்கும் முன்னாடியே பழக்கந்தான்.” என்றான்.

பத்தாம் வகுப்பில் யார் ஸ்கூல் பர்ஸ்ட் என்பதில் எனக்கும், சியாமளாவுக்கும் போட்டி இருந்தது. முதல் தேர்வு தமிழ் தாள். அன்று என்னுடைய அறையில் தான் சியாமளாவும் எழுதவேண்டும். பத்து மணியை தாண்டியும் அவள் வரவில்லை. பதட்டமாக இருந்தது. எப்படியும் இன்னும் ஐந்து நிமிடங்களில் வரவில்லையென்றால், தேர்வு எழுத முடியாது. ஒரு தேர்வு எழுதவில்லையென்றாலும், அந்த வருடம் தோல்விதான். அனைவரும் அவரவர் இடங்களில் அமர்ந்தோம். கண்காணிப்பாளராக தியாகராஜன் வந்திருந்தார். அவரும் சியாமளாவின் இடம் காலியாக இருப்பதை பார்த்து, “இது யார் இடம்டா?”, என்றார். “மகாலிங்கம் சார் பொண்ணு சியாமளா இடம் சார்”, என்றேன். “ஏன் வரலை உடம்புக்கு ஏதும் முடியலையா?” என்று கேட்டார். அழுகை முட்டியது. “தெர்லை சார்”, என்றேன். கடைசிவரை அன்று அவள் வரவேயில்லை. அவள் இடத்தைப் பார்த்துக்கொண்டே தேர்வு எழுதினேன்.

தேர்வெழுதிவிட்டு வெளியே வந்து நண்பர்களுடன் பேசியபோதுதான் பரிட்சை எழுத டேனியலும் வரவில்லை என்பது தெரிந்தது. சில நாட்களில், இருவரும் ஊரை விட்டு ஓடிவிட்டார்கள் என்னும் தகவல் வெளிவந்தபோது நம்ப முடியவில்லை. எப்படியும் அடுத்த தேர்வுக்கு வந்துவிடுவாள் என்று ஒவ்வொரு நாளும் அவளை எதிர்பார்த்திருந்தேன். அடுத்தடுத்த தேர்வுகளுக்கும் இருவரும் வரவில்லை. இனி சியாமளாவப் பார்க்கவே போவதில்லை

என்பதை உணர்ந்தபோது தான், வலி பிசையும் தனிமையை அடைந்தேன். வெயில் சுட்டெரிக்கும் பிற்பகல் பொழுதுகளில் அவள் வீடிருக்கும் தெருவில் திரிந்து கொண்டிருந்தேன். பெரிய பூட்டு மட்டுமே என்னைப் பார்த்துக்கொண்டிருந்தது. சில நாட்களில் மகாலிங்கம் சார் வேறு ஊருக்கு மாத்தலாகி போய்விட்டார், என்றார்கள்.

"தமிழ் பரீட்சை அன்னைக்கு இரண்டு பேரும் எங்கே போனிங்க?"

"வேளாங்கண்ணிக்குதான் போனோம். பரீட்சை எல்லாம் முடியட்டும்ன்னு நான் சொன்னேன். சியாமளிதான் பிடிவாதமா நின்னுட்டா."

"அங்கேயே கல்யாணம் செஞ்சுகிட்டீங்களா?"

அதெல்லாம் இல்லை வெங்கட்டு. மகாலிங்கம் சார், போய் எங்கப்பாரு கால்லே விழுந்துட்டாரு. பொண்ணு திரும்பி வரலைன்னா, தூக்குலே தொங்கிடுவேனுட்டாரு. எங்கப்பாரு ஊரு முழுக்க ஆள் வச்சு தேடினாரு. ஒரு லாரிகாரன் கண்ணுலே நாங்க அம்புட்டுட்டோம். நாலு நாள்லே எங்களை வந்து புடிச்சிட்டாங்க. சியாமளியை உடனே அவங்கம்மா ஊருக்கு அனுப்பிட்டாங்க. எனக்கு எங்கப்பாரு செம உதை. கை உடைஞ்சு போச்சு. என்னை மாமா வூட்டுலே கொண்டு விட்டுட்டாங்க. அங்கேயே கொஞ்ச நாள் டூடோரியல் போனேன். மாமா பொண்ணையே கல்யாணம் செஞ்சு வச்சாங்கே. அதெல்லாம் முடிஞ்சு போச்சுடா.

மீண்டும் பாட்டிலை எடுத்து அரை கிளாஸ் ஊற்றி, அதில் தண்ணீரை கொஞ்சமாக கலந்து உடனடியாக எடுத்துக்குடித்தான்.

தன்னுடைய போனில் எதையோ தேடினான்.

"ராஜா.. கண்ணு.. போகாதடி,

நீ போனா... நெஞ்சுக்கு ஆகாதடி"

பாடலைத் தேடி ஒலிக்கவிட்டான். டேனியல் எழுந்து ஆடத் துவங்கினான். "நினைத்தேனா,

பார்ப்போமென்று", இடுப்பை அச்சு அசலாக அதே போல் அசைத்து ஆடினான் டேனி. "வணக்கம் அய்யா" என்று பவ்யமாக வந்து நின்றவன் இல்லை இவன். ஹாக்கி பேட் தூக்கி அலட்சியமாக மைதானத்தை சுற்றி வரும் டேனி எழுந்திருந்தான். அதெல்லாம் மறந்துடுச்சு என்று சொன்னதெல்லாம் பொய். அவனுடைய பொன்கணங்கள் இவை.

ஆடி முடித்து ஒரேயடியாக மூச்சிரைக்க, சேரில் சரிந்தான். தண்ணீரை எடுத்துக் குடித்தான்.

"அப்புறம், சியாமளாவுக்கு என்ன ஆச்சுன்னு தெரியுமா?" என்று கேட்டேன்.

"அவளை அவங்கம்மா ஊருக்கு கொண்டு போயிட்டாங்க. மகாலிங்கம் சாரும் டிரான்ஸ்பர் ஆகி அங்கேயே போயிட்டாரு. இப்போ மாதிரி போன் எதுவும் அப்போ கிடையாதே. அதுனால ஒரு தகவலும் தெரியலை. அங்கேயே படிச்சப்புறம் சொந்தத்துலே அவளுக்கு கல்யாணமாயிடுச்சு.

"பப்பி லவ்" என்றேன்.

"அப்படின்னா?" என்று கேட்டான் டேனியல்.

அந்த மாதிரி வயசுலே வர்ற ஒரு மாதிரி பாலின ஈர்ப்புடா. எல்லோரும் அதை தாண்டிதான் வர்றோம். அதுலே ஒரு அர்த்தமும் இல்லை. இப்போ நினைச்சு பார்த்தா அவளுக்கு இதெல்லாம் பெரிய காமெடியா தெரியும். தாந்தான் இதெல்லாம் செஞ்சோமான்னு வெட்கமா கூட இருக்கும். உண்மையா பார்த்தா, இது பெரிய அசட்டுத்தனம்தானே. உடனடியா மறந்துடுவாங்க.

கிளாஸில் மிச்சம் வைத்திருந்த விஸ்கியை எடுத்துக் குடித்தான். இல்லை என்பதுபோல் தலையசைத்தான் டேனி. "சியாமளி அமெரிக்காலே இருக்கா, வெங்கட்டு. ஒரு பத்து வருசம் முன்னாடி, எப்படியோ என்னோட செல் நெம்பர் கிடைச்சு, போன் செஞ்சா. "நல்லா இருக்கியா டேனி"ன்னு கேட்டா. அதே குரல்", என்றான்.

சேரில், கண்களை மூடி சரிந்திருந்த திருட்டுமணல் ஓட்டும் டேனியலுடன், இத்தனை வருடங்கள் கழித்து "நல்லாருக்கியா டேனி?" என்று கேட்கும் அமெரிக்கா சியாமளியின் முகத்தை, நினைவில் எழுப்ப முடிந்தது. உள்ளே சட்டென்று ஏதோ உடைந்தது. சிறிது நேரம் கழித்து "தூக்கம் வருது, இன்னொரு தடவை பார்ப்போம்." என்று சொன்னேன். டேனியல் எழுந்து தள்ளாடினான். "உன் போன் நெம்பரை கொடு வெங்கட்டு" என்று கேட்டு பதிவு செய்துக்கொண்டான். பிறகு, எழுந்து வெளியே போனான்.

அடுத்த நாள் காலை, சென்னை திரும்புகையில் இன்ஸ்பெக்டருக்கு போன் செய்தேன். "அய்யா சொல்லுங்கய்யா" என்றார். "அந்த டேனியல் திரும்பவும் மணல் அடிச்சான்னா, லாரியை சீஸ் செஞ்சு உள்ளே தள்ளிடுங்க" என்றேன்.

இந்திர தேசம்

இரவு பத்து மணிக்கு, நட்சத்திர விடுதியை விட்டு வெளியே வருபவனின் தனிமையை, பாங்காக்கின் டாக்ஸி ஓட்டுனர்கள் சரியாக இனம் கண்டுக் கொள்கிறார்கள். காரில் ஏறியவுடன், செல்லுமிடம் பற்றி எந்த வினாவுமின்றி வண்டியை சுக்கும்வித் சாலையில் இறக்கினார், அந்த ஓட்டுனர். சிறிது தூரம் சென்றவுடன், சாலையின் ஓரத்தில் வண்டியை நிறுத்தினார். பிறகு, பின்பக்கம் திரும்பி என்னைப் பார்த்து சிரித்தார். அவர் முகத்திலிருந்த கோணல், சிரிப்பிலும் தெரிந்தது. மெதுவாக “பூம்.. பூம்” என்று சத்தமெழுப்பி ஸ்டியரிங்கை முட்டுவது போல் இடுப்பை அசைத்து, என்னை பார்த்து சிரித்தார். ஜெர்கின் உள் பாக்கெட்டிலிருந்து சரேலென்று, அந்த பாம்ப்லெட்டை உருவி என்னிடம் நீட்டினார். நான்கு மடிப்பாக இருந்த அந்த வண்ண புகைப்படங்களில், விதவிதமான தாய்லாந்து பெண்கள் நிர்வாண கோலத்தில் இருந்தனர். பாத்டப்பில் நுரையுடன், வாயில் விரல் வைத்து கலவிக்கு அழைத்தனர். அதை திரும்பவும் அவரிடம் நீட்டினேன். இருப்பவற்றில் உயர்தரமான விடுதிக்கு செல்லும்படி கோரினேன். “ஒகே.. ஒகே”, என்றார் அதே கோணல் சிரிப்புடன்.

சாலைகளில் விரையும் துக்துக் எனப்படும் ஆட்டோக்களில், அமெரிக்காவிலிருந்தும், ஐரோப்பா விலிருந்தும் வந்து குழுமியிருந்த வெள்ளைக்காரர்கள் மந்தகாச புன்னகையுடன் வீற்றிருந்தனர். பெரும் பாலும் அரைக்கால் டிரவுசர் மற்றும் முண்டா பனியன், ரப்பர் செருப்பு சகிதம் திரிந்தனர். சில

ஆட்டோக்களில் பெண்களுமிருந்தனர். பெண்கள், பாங்காக் இரவு சந்தையில் வாங்கிய பட்டாயா என்று பெயர்போட்ட பனியனும், நீண்ட காட்டன் ஸ்கார்ட்டும் அணிந்திருந்தனர். சுக்கும்வித் நாணா இரவுச் சந்தை கடைகளில் கூட்டம் குழுமியிருந்தது. விதவிதமான ஸ்டிலேட்டோ கத்திகளை ஒருவன் கடை விரித்திருந்தான். கூடவே பல அளவுகளில் டில்டோ சிந்தடிக் ஆண்குறிகள். கத்திகளையும், ஆண்குறிகளையும் ஒருங்கே விற்கும் அவனது மனநிலை புன்னகையை வரவைத்தது. நான் சிரிப்பதை கண்ணாடியில் பார்த்த கோணல் சிரிப்புகாரர், என்னிடம் திரும்பி, கைகளில் சைகை செய்து, நயம் விடுதிக்கு கூட்டிச்செல்வதாக மறுபடியும் உறுதி கூறினார்.

கார், சிட்லொம் மெட்ரோ ரயில் நிலையம் அருகே விரைந்தது. கிராண்ட் ஹயாத் விடுதி அருகே, நான்கு தலை புத்தர் என்றழைக்கப்படும் எரவான் பிரம்மாவின் சிலை தெரிந்தது. அந்த நேரத்திலும் சிலர் பிரம்மாவின் சிலை முன், ஊதுபத்தி கொளுத்தி வணங்கி நின்றிருந்தனர். நான்கு முகங்களிலும் புன்னகை தவழ, பிரம்மா சாலையோரங்களில் நிற்கும் பெண்களிடம் பேரம் பேசிக் கொண்டிருந்தவர்களை பார்த்துக்கொண்டிருந்தார்.

இருபது நிமிடத்துக்கும் மேல் கார் விரைந்து சட்டென்று ஒரு காம்பவுண்டில் நுழைந்தது. அங்கே ஏற்கனவே நிறைய டாக்ஸிகள் நின்றன. அண்ணாந்து கட்டிடத்தைப் பார்த்தேன். ஹோட்டல் சுவேனா என்றிருந்தது. புதிய டாக்ஸியை பார்த்தவுடன் கருப்பு பேண்ட், கருப்பு ஜெர்கின் அணிந்திருந்த இருவர் ஓடிவந்தனர். இருவருமே அந்த இரவில் கூலர்ஸ் அணிந்திருந்தனர். கோணல் சிரிப்புடன் ஓட்டுனர், என்னை காட்டி ஏதோ சொன்னார். கதவை திறந்து கும்பிட்டு வரவேற்றனர்.

கையில் வாக்கி டாக்கி வைத்திருந்த ஒருவன் என்னிடம் வந்து கையை நீட்டி, "என் பெயர் வுட்"

என்றான். பெரும்பாலும் தாய்லாந்தில் யாரும் சொந்த பெயர்களை சொல்வதில்லை. வெளிநாட்டுகாரர்களுக்கு என்றே சுருக்கிய பெயர்களை வைத்திருந்தனர். படிகளில் ஏறியவுடன் தங்க நிறத்தில் மிகப்பெரிய இரண்டு கதவுகள் தெரிந்தன. அதை திறந்தபடி வாக்கி டாக்கியில் ஏதோ சொன்னான் வுட். கதவை திறந்தவுடன் உள்ளே ஒலித்த லுக் துங் இசை காதில் விழுந்தது. பிரமாண்டமான அந்த மைய அரங்கம் முழுவதும் நீல நிற விளக்குகளால் மின்னியது. தாய்லாந்தின் பாரம்பரிய உடையான சுட்தாய் அணிந்த, தேவதை போன்ற இரு பெண்கள் வந்து வணக்கம் சொன்னார்கள். கீழே கருநீலநிறப் பட்டுத்துணியில் பாவாடை போல் அணிந்து, நடுவில் வெள்ளி நிறத்தில் வேலைப்பாடுகள் கொண்ட பெல்ட் அணிந்திருந்தனர். மேலே வெள்ளி நிற பட்டுத்துணியை தாவணி போல் சுற்றியிருந்தனர். மிகப்பெரிய அந்த ஹால் நடுவே சோபாக்கள் போட்டிருந்தனர். ஆங்காங்கே ஆண்கள் அமர்ந்து மது குடித்துக்கொண்டிருந்தனர். வுட், என்னை காலியாக இருந்த ஒரு சோபாவில் அமரவைத்தான். அமர்ந்த பின்புதான் எதிரில் பார்த்தேன். மாபெரும் கண்ணாடித் தடுப்புக்கு அந்தப்பக்கம், நூற்றுக்கணக்கில் அழகான இளம்பெண்கள் பல வரிசைகளில் அமர்ந்திருந்தனர். ஒவ்வொருவருக்கும் தோளில் இலக்கமிடப் பட்டிருந்தது. அனைத்து வரிசையிலுள்ள பெண்களும் பார்வையில்படும்படி அந்த இருக்கைகள் மேலிருந்து கீழே இறங்கும் வண்ணம் அமைக்கப்பட்டிருந்தன. அந்தப் பெண்கள் அனைவரும் புதிதாக நுழைந்த என்னை நோக்கிப் புன்னகைத்தனர். உயரமாக இருந்த ஒரு பெண் கைவிரலை ஆட்டி சிரித்தாள். அவள் இளம்பிங்க் நிறத்தில் ஸ்கார்ட் அணிந்து மேலே தங்க நிறத்தில் சட்டையணிந்திருந்தாள். அவளுடைய நீளவாக்கு முகம் வரும்போது பார்த்த நியான் போர்டு பெண்ணை ஞாபகப்படுத்தியது. நான் உற்றுப் பார்த்தவுடன், தன்னுடைய இலக்கத்தை தொட்டுக்

காண்பித்தாள். சட்டென்று வெட்கமடைந்து தலையை குனிந்துகொண்டேன்.

வுட், மெனு கார்டை நீட்டினான். சிங்கா பியர் சொன்னேன். கிளாஸ் முழுவதும் ஐஸ்துண்டங்களை போட்டு அதில் பியரை நிரப்பி கொண்டு வந்தான். பியரில் ஐஸ்துண்டுகள் போட்டு குடிப்பது ஆரம்பத்தில் விசித்திரமாக இருந்தது, இப்போதெல்லாம் சென்னையில் கூட அப்படித்தான் குடிக்கப்பிடிக்கிறது. எதிரிலிருந்த கண்ணாடி தடுப்பை போலவே, ஹாலின் இரு பக்கங்களிலும் சிறிய கண்ணாடி தடுப்புகளில் பெண்கள் இருந்தனர். எதிரிலிருந்த பெண்களை காட்டி, "ஆறாயிரம் பாட்" என்றான் வுட். பக்கவாட்டு கண்ணாடி தடுப்பிலுள்ள பெண்களுக்கு "நான்காயிரம் பாட்". விலையிலுள்ள வித்தியாசம் அவர்களுடைய வயதைப் பொருத்தது என்பது தெரிந்தது. நான்காயிரம் பாட் பெண்கள் சற்று பருமனான உடல் கொண்டிருந்தனர். அவர்களை பார்த்தவுடன், நடு வரிசையில் இருந்த பெண் வேண்டுமென்றே குனிந்து வணக்கம் சொன்னாள். அருகிலுள்ள பெண்கள் அவளது தோளைதட்டி சிரித்தனர். "நேரமெடுத்து தேர்வு செய்" என்று சொல்லிவிட்டு, வுட் வேறு மேஜை பக்கம் போனான்.

பேச்சும் சிரிப்புமாக, நான்கு இளம் அமெரிக்கர்கள் உள்ளே வந்தார்கள். நால்வருமே அரைகால் சட்டையணிந்திருந்தனர். உள்ளே வந்தவுடன் சட்டென்று பேச்சு நின்றது. எதிரில் நூற்றுக்கணக்கான பெண்களைப் பார்த்தவுடன் அடையும் பேச்சின்மை. பிறகு, சகஜமாக காட்டிக்கொள்ள உரத்த குரலில் அபத்தமாக ஏதோ சொல்லி சிரித்தனர். அவர்களைப் பார்த்தவுடன் ஆறாயிரம் பாட் வரிசையில் இருந்து சில பெண்கள் எழுந்து மற்றொரு பக்கம் போவது போல் ஒய்யாரமாக நடந்து காட்டினர். சிலர் கைகளால் கூப்பிடுவது போல் சைகை செய்தனர். அமெரிக்க இளைஞர்கள், ஒவ்வொருவராக பெண்களை தேர்வு செய்தனர். குறுந்தாடி வைத்திருந்த

ஒருவன், வுட்டை அழைத்து இலக்கத்தை சொன்னவுடன், அவன் வாக்கி டாக்கியில் அந்த எண்ணை கூறினான். அந்தக் குரல் கண்ணாடி தடுப்புக்குள் விழுந்தவுடன், அந்த இலக்கத்துக்குரிய பெண், சிரிப்புடன் எழுந்து குறுந்தாடி இளைஞனைப் பார்த்து குனிந்து வணக்கம் சொன்னாள். பிறகு தனது கைப்பையை எடுத்துக்கொண்டு கண்ணாடி அறையை விட்டு, வெளியே வந்து குறுந்தாடியின் கையை பிடித்துக்கொண்டாள். பிறகு இருவரும் மூலையில் இருந்த கவுண்டர் அருகே செல்ல, குறுந்தாடி பணம் செலுத்தினான். வுட் போல மூன்று, நான்கு கருப்பு உடைக்காரர்களை தவிர அங்கு முழுவதும் பெண்களே வேலைக்கு இருந்தனர். பணம் கட்டியவுடன், மாடியில் உள்ள அறைக்குச் செல்ல லிப்ட் அருகே சென்றார்கள். லிப்ட் ஆப்ரேட்டராக நின்ற முதிய பெண், வணங்கி வணக்கம் சொன்னாள். பிறகு, தேர்ந்தெடுத்த பெண்ணுக்கு மட்டும் புரியும்படி, அந்த குறுந்தாடியை காட்டி குறும்பாக ஏதோ தாய் மொழியில் சொன்னாள். அந்தப் பெண், ஆப்ரேட்டர் தோளில் அடித்து சிரித்தாள்.

இந்த லிப்ட் ஆப்ரேட்டர், முன்பு இதே விடுதியில் ஆறாயிரம் பாட் வரிசையில் இருந்திருக்கக்கூடும். பிறகு, காலப்போக்கில் நான்காயிரம் வரிசைக்கு வந்து இறுதியாக மற்றவர்களை இன்பலோகத்திற்கு இட்டுச் செல்லும்பணியில் விழுந்திருக்கவேண்டும். எத்தனை பேர், லிப்ட் ஆப்ரேட்டர்களாக முடியும்? மீதமுள்ளவர்கள், நள்ளிரவு பிங்-பாங் ஷோக்களில் பலூன் ஊதி காட்டிக்கொண்டிருக்கக்கூடும்.

சராசரியாக அந்த மேஜைகளில் அமர்ந்தவர்கள் ஐந்து நிமிடங்கள் அல்லது ஒரு மக் பீர் தீர்வதற்குள் தங்களுக்குரிய பெண்ணை தேர்ந்தெடுத்தனர். என்னுடைய பியர் தீர்ந்ததை கண்டு, வுட் அருகில் வந்தான். “மீண்டும் ஒரு பியர்”, என்றேன். முதலில் கொஞ்சம் தயங்கி சிரித்தபடி கவுண்டருக்கு எதிரிலிருந்த பார் உள்ளே சென்று ஒரு மக்கில் நுரை

பொங்க பீர் கொண்டு வந்தான். இரண்டாவது பீர் வருவதைக் கண்டு ஆர்வமிழந்த பெண்கள் புது வாடிக்கையாளர்களை நோக்கி கவனம் செலுத்தினர்.

"இங்கு வரும் மனிதர்கள் மிகுந்த பசியுடன் வருகிறார்கள். அதைவிட அதிகமான பசியுடன் வெளியேறுகிறார்கள்." என்று ஜப்பானிய மொழியில் ஒரு குரல் வந்தது. அப்போதுதான் இடது புறம் இரண்டாவது மேஜையில் அமர்ந்திருந்த ஜப்பானியரை பார்த்தேன். அவர் மூன் மூன்று காலி விஸ்கி கோப்பைகள் இருந்தன. அவர் தன்னுள் பேசிக்கொள்கிறார் என்பது தெரிந்தது. நான் அவரை நோக்கி சிரித்து, "ஏன், இது மாதிரியான இடங்கள் ஆண்களுக்கு அதிக போதையை தருகிறது?" என்று ஜப்பானிய மொழியில் கேட்டேன். அவர் ஒருகணம் திகைத்தார்.

பிறகு சகஜமாகி "நீ ஜப்பானில் வசிக்கிறாயா?" என்று கேட்டார்.

"என் பெயர் சித்தார்த், உங்களை சந்தித்ததில் மகிழ்ச்சி. நான் என்னுடைய விளம்பர நிறுவனத்தின் பொருட்டு பல நாடுகளுக்கும் செல்வேன். தோக்கியோ அடிக்கடி வந்திருக்கிறேன். ஜப்பானிய மொழியை பயின்றிருக்கிறேன். தென்னிந்தி யாவிலிருந்து வருகிறேன்"

"ஓ, ஜப்பானிய மொழியில் நல்ல தேர்ச்சி பெற்றிருக்கிறாய்" என்று கிளாஸ் உயர்த்தி "கம்பாய்" என்றார். பிறகு விஸ்கியுடன் எழுந்து என் மேஜைக்கு வந்தார்." என் பெயர் கிமுரா. நான் இங்குள்ள ஜப்பானிய கார் உற்பத்தி நிறுவனத்தின் இயக்குனர். பல ஆண்டுகளாக பாங்காக்கில் வசிக்கிறேன்." என்றார். எழுந்தபோது தான் அவரது உயரம் தெரிந்தது. காக்கி நிறத்தில் பொடிகட்டம் போட்ட சட்டையை, க்ரிம் கலர் பேண்டில் இன் செய்திருந்தார். மேலே காக்கி நிறத்தில் ஓவர் கோட் போட்டு, தலையோடு ஒட்டிய தட்டை தொப்பியணிந்திருந்தார்.

எப்படியும் அறுபது வயது இருக்குமென்று தோன்றியது.

என் அருகில் அமர்ந்தவுடன், "நீ ஏதோ கேட்டாயே?" என்று கேட்டார் கிமுரா.

"ஏன் இது போன்ற இடங்கள் ஆண்களை கவர்ந்திழுக்கிறது என்று யோசித்துக் கொண்டிருந்தேன்." என்றேன்.

ஏனென்றால், இங்கு காமம் மட்டுமே உள்ளது. அன்பு, பாசம் போன்ற எந்த பூச்சும் இங்கில்லை. காமத்திற்காக மட்டுமேயான உறவில் மனிதர்கள் தங்களது ஆதி நிலையை அடைகிறார்கள். அதில் மட்டுமே பரிபூரணமான காமத்தை துய்க்கிறார்கள். எல்லாவித வேடங்களையும் களைந்து, வெறும் காமமே உருவானவர்களாய் மகிழ்ச்சியில் திளைக்கிறார்கள். எல்லாம் முடிகையில், இது காமத்திற்கு மட்டுமேயான மகிழ்ச்சி என்பதால், முடிவில்லா குற்ற உணர்ச்சியை அடைகிறார்கள். அந்த குற்ற உணர்ச்சியிலிருந்து விடுவித்துக்கொள்ளும் பொருட்டு, இங்கிருந்து வெளியேறியவுடன் உடனடியாக மனைவியை அழைக்கிறார்கள். குழந்தைகளுடன் பேசுகிறார்கள். தங்களது இருப்பை அர்த்தப்படுத்திக் கொள்ள விழைகிறார்கள். அறைகளில், கழட்டி மாட்டி வந்த வேடங்களில் மறுபடியும் பொருத்திக்கொண்டு, அன்பான கணவனாய், அப்பாவாய் தங்களது குடும்பத்திற்கு பரிசுப் பொருட்களை வாங்கி வீடு திரும்புகிறார்கள்.

"பரிபூரணமான காமத்தின் பொருட்டு என்றால் அது ஆண்களுக்கு மட்டும் ஏன்?" என்று கேட்டேன்.

"ஏனெனில் அதுதான் ஆண்களுக்கு விதிக்கப் பட்டிருக்கிறது. பெண்களுக்கு வேறுவிதமான உன்னதங்கள் இங்கு ஆசிர்வதிக்கப்பட்டிருக்கிறது, நண்பா" என்றார் கிமுரா.

"இது ஆண்கள் சொல்லிக்கொள்ளும் நியாயங்கள்", என்றேன்.

“தாய்லாந்தின் நாட்டுபுறக்கதை ஒன்று உண்டு. சொல்கிறேன், கேள்”, என்றார் கிமுரா.

“காமத்தில் முழுஇன்பமும் சுவைக்க விரும்பிய ஒருவன் கடவுளை நோக்கி தவமிருந்தான். அவனுடைய கடுமையான தவத்துக்கு மனமிறங்கி, கடவுள் கண்ணேதிரே தோன்றினார். “உன்னுடைய பக்தியை மெச்சினோம். மூன்று வரங்கள் உனக்கு தருகிறேன். சீக்கிரம் கேள்”, என்றார் கடவுள்.

இன்பத்தில் முடிவில்லாமல் திளைக்க எனக்கு நிறைய ஆண்குறிகள் வேண்டுமென்றான் அவன். “அருளினேன்”, என்றார் கடவுள்.

அவனது உடல்முழுவதும் ஆண்குறிகள் தோன்றின. அவனைப் பார்த்த பெண்கள் பயந்து ஓடினார்கள். எனவே காமமின்றி துயருற்றான். மீண்டும் கடவுளிடம் இரண்டாவது வரத்தை கேட்டான். “இந்த ஆண்குறிகள் மறைய வேண்டும்” “அருளினேன்” என்றார் கடவுள். அனைத்து லிங்கங்களும் மறைந்தன. கடைசியாக “என்னுடைய ஆண்குறியை மட்டும் திருப்பி தந்துவிடு” என்று மூன்றாவது வரத்தை கேட்டு தொலைத்தான்” விழுந்து விழுந்து சிரித்தார் கிமுரா, பிறகு கிளாஸை உயர்த்தி “கம்பாய்” என்றார்.

எங்கள் புராணத்தில் இது இந்திரனுக்குரிய கதை.

ஆம், இது எல்லா இந்திரன்களுக்குமான கதையென்றார், கிமுரா.

நாங்கள் பேசிக்கொண்டிருப்பதை பார்த்துவிட்டு அருகே வந்தான் வுட். “எனது இந்திய நண்பனுக்கும் சேர்த்து பியர் கொண்டு வா, எனது கணக்கில்” என்றார் கிமுரா. வுட் தயக்கமாக திரும்பி நடந்தான்.

நீங்கள், உங்களுக்குரிய பெண்ணை தேர்வு செய்யவில்லையா, கிமுரா?

சிறிதாக சப்தமெழுப்பி சிரித்தார் கிமுரா. “சில நூற்றாண்டுகளுக்கு முன் எங்கள் மண்ணில் சாமுராய்கள் வாழ்ந்தனர். அவர்கள் வாழ்நாள்

முழுவதும் ஓயாது படையெடுத்து சென்று அடுத்த இனக்குழுவை தாக்கி அவர்களது பகுதியை தம்முடைய ஆளுகைக்குள் கொண்டுவந்தார்கள். தோல்வியடைந்த இனக்குழுவின் தலைவன், அவனுடைய தளபதிகள் அனைவரும், குடலை கிழித்துக்கொண்டு உயிரைவிடுவார்கள். அவர்களுடைய தலைகளை தட்டில் வைத்து அலங்கரித்து, வெற்றி பெற்ற இனக்குழு தலைவனின் முன்பு ஒவ்வொன்றாக காட்டுவார்கள். எனக்கு இந்த கண்ணாடி தடுப்பிலுள்ள முகங்களை பார்க்க அந்த காட்சிதான் நினைவுக்கு வரும். பிறகு எந்த தலையை தேர்ந்தெடுப்பது", என்றார்.

பிறகு இங்கு எதற்கு வந்தீர்கள்?

நான் என்னுடைய நண்பியை பார்க்க வந்தேன். அவளை சில வருடங்களுக்கு முன் நாணா பிளாசாவில் பார்த்தேன். பிறகு தொடர்ந்து சந்தித்தோம். அவள் இங்கு பணிபுரிகிறாள். நான் டோக்கியோவுக்கு சென்று திரும்பும்போதெல்லாம் அவளை சந்திப்பது வழக்கம். அவள் வாடிக்கையாளருடன் மேலே சென்றிருக்கிறாள். அவளுக்காக காத்திருக்கிறேன்.

எங்கள் மீது நம்பிக்கையிழந்திருந்த வுட், நாங்கள் அமர்ந்திருந்த மேஜையை தவிர்த்துவிட்டு மற்றவர்களை பார்த்துக்கொண்டிருந்தான். கண்ணாடிக்கு அப்பாலுள்ள முகங்களை மீண்டும் பார்த்தேன். சிவப்பு நிறத்தில் தோள்வரை வந்து கழுத்தை சுற்றி ஒற்றை ரிப்பனில் கட்டப்பட்டிருந்த ஆடையணிந்த பெண் மட்டும் என்னைப் பார்த்து சிரித்தாள். மற்றவர்கள் புதிதாக உள்ளே நுழைந்திருந்த மத்திய கிழக்கு நாட்டுக்காரர்களை நோக்கி குவிந்திருந்தனர்.

லிப்டிலிருந்து கீழே வந்த பெண், தன்னுடன் இருந்த பச்சை நிறக்கண்களை கொண்டவனை பிரியும்பொருட்டு கட்டித் தழுவிக்கொண்டாள். அவன் தன்னுடைய பர்ஸை பிரித்து ஐநூறு பாட் தாளை எடுத்து அந்த ஆப்ரேட்டர் பெண்ணிடம்

ரா.செந்தில்குமார்

கொடுத்துவிட்டு, வாசலை நோக்கி வெளியேறினான். அவன் வெளியேறும்வரை கையசைத்து விடை கொடுத்த அந்தப் பெண், நாங்கள் அமர்ந்திருந்த மேஜையை நோக்கி ஓடி வந்தாள். "கிமுரா சான்", என்று சொன்னபடி கட்டித் தழுவிக்கொண்டாள். கிமுரா, கண்களில் சிரிப்பு ஒளிர, நலமா? என்று தாய் மொழியில் கேட்டார். என்னை காட்டி "இந்திய நண்பன்" என்றார், அவளிடம். அவள் கைகளை நெஞ்சில் வைத்து குனிந்து வணக்கம் சொன்னாள். அவள் மாநிறத்தில், மெலிதான உடல்வாகை கொண்டிருந்தாள். கழுத்துவரை புரண்ட முடியில் தங்க நிறத்தில் சாயமேற்றியிருந்தாள். சிவப்பு நிற மேல் டாப்ஸும் கறுப்பு நிறத்தில் ஸ்கார்ட்டும் அணிந்திருந்தாள். கீழ் உதடு பெரிதாக இருந்ததால், அவளது சிரிப்பு வசீகரமாக இருந்தது. கிமுரா தான் கொண்டு வந்திருந்த பையை அவளிடம் நீட்டினார். அவள், "ஓ, டோக்கியோ பனானா" என்று கண்கள் ஒளிர கூறினாள்.

கிமுரா, என்னை பார்த்து, "சியமந்தகாவின் மகனுக்கு இந்த க்ரிம் பன் மிகவும் பிடிக்கும். எனவே எப்போதும் டோக்கியோவிலிருந்து கொண்டு வருவேன்", என்றார்.

அப்போது, சியமந்தகாவின் முகம் வேறொன்றாய் மாறியிருந்தது. கண்களில் பூரிப்பு தெரிந்தது. அவள் "டோக்கியோ பனானா" க்ரிம் கேக்கை மகனிடம் கொடுத்தவுடன், அவன் அடையப் போகும் மகிழ்ச்சியை கண்டுகொண்டிருந்தாள். அதுவரை தெரிந்த சியமந்தகாவிலிருந்து வேறொருவள் எழுந்திருந்தாள். மறுபடியும் கிமுராவிடம் நன்றி கூறினாள். அந்தப் பையை கட்டித் தழுவிக்கொண்டாள். பிறகு கிமுராவிடம் விடைபெற்று கண்ணாடியறைக்கு சென்றாள்.

கிமுரா, "இந்திய நண்பனே, நாம் பிறகு எப்போதாவது சந்திப்போம். அவள் கண்ணாடி அறைக்குள் போவதற்குள் நான் கிளம்பிவிட

வேண்டும்", என்று சொல்லி கவுண்டருக்கு சென்று பணத்தை செலுத்தினார். பிறகு என்னிடம் தொப்பியை கழட்டி காண்பித்து போய் வருவதாக சொன்னார். வாசலில் வெளியேறினார்.

நான் மெதுவாக கண்ணாடிக்கு அப்பாலுள்ள முகங்களைப் பார்த்தேன். தட்டில் வைக்கப்பட்ட தலைகளில் ஒன்று புன்னகைத்தது.

அம்மன் சிற்பம்

காரிலிருந்து இறங்கி, மனையை பார்த்தேன். ஐம்பதடி அகலம், நூறு அடி நீளம். மொத்தம் ஐயாயிரத்து சொச்சம் சதுரடி. நகரின் மைய இடத்தில் லட்டுபோல் வந்து மாட்டிக்கொண்ட இடம். முன்பக்கம் மரத்தினாலான சட்டங்களை வைத்து கதவு செய்து மாட்டியிருந்தார்கள். அது இரு பக்கமும் சரியாகப் பொருந்தாமல், மேலும் கீழுமாக இழுத்துக்கொண்டு நின்றது. ஓரத்தில் கருவை மண்டியிருந்தது. நடுவில், செங்கல் மண் கொண்டு எழுப்பிய சிறிய வீடு. மேலே சிமெண்ட் ஷீட் கொண்டு மூடியிருந்தார்கள்.

"சும்மா உள்ளே போய் பாருங்க", என்றார் ஸ்தபதி அருணாச்சலம். காவி நிறவேட்டியும், வெள்ளை நிற முழுக்கை சட்டையும் அணிந்திருந்தார். நெற்றியில் பட்டையாகப் பூசிய திருநீறு. சட்டைப்பையில் பென்சிலை வைத்திருந்தார்.

இல்லை, இருக்கட்டும். இங்கேயிருந்தே தெரியுதே.

அருணாச்சலத்தின் மனைவி சொம்பில் நீர் கொண்டு வந்து தந்தார். சிவப்பு நைலக்ஸ் சேலையில் மெலிந்திருந்தார். முகத்தில் மஞ்சள் பூசி, குங்குமப்பொட்டு வைத்திருந்தார். மேலே உள்ள தண்ணீரை கொஞ்சம் சாய்த்து கீழே ஊற்றி விட்டு, ஒரு மடக்கு அருந்தினேன்.

வீடு, நீங்களே கட்டியதா?

ஆமாமா. மேலே சிமெண்ட் பூசணும்ன்னு நெனைச்சேன். அப்படியே நின்னுடுச்சு. ரொம்ப

ராசியான இடம். என்னோட எல்லா சிற்ப வேலையும், இங்கேருந்து பார்த்ததுதான்.

அது சரி. ஆனா, இதை இடிக்க எனக்கு திரும்பவும் செலவு ஆகும். பழைய வீடுகள்ன்னா, மரம் ஏதாவது தேறும். இதில் ஒன்னும் இல்லை பாருங்க.

அவர் முகம் வாடியது. மனைவி உள்ளே சென்று கதவோரம் நின்று கொண்டார். வீட்டுக்குள் பெண்கள் இருப்பது பேச்சுக்குரலில் தெரிந்தது.

பின்னாடி, முழுக்க புதர் மண்டிப்போய் கிடக்கே. இடமும் சமதளமா இல்லை. எப்படியும் மூன்று ரூபாய் செலவு செஞ்சு மண் அடிக்கணும். சுத்தம் செய்றது, வீடு இடிக்கிறதுன்னு, சுத்தமா அஞ்சு லட்சத்துக்கு குறையாது. அப்புறம் தான் வேலையே ஆரம்பிக்கமுடியும்.

உள்ளது தான் சார். ஆனா இப்படி அகலமான மனை இந்த தெருவிலேயே கிடையாது. நீங்க பார்த்து..

ராமநாதன் தான் சொன்னார். நீங்க ஒத்துக்கிட்டீங்கன்னு.

ஆமா சார். முன்னே மாதிரி வேலை இல்லை. எல்லாம் பொண்ணுகளா போச்சு. அதுகளுக்கு கல்யாணம் செய்யணும். கொஞ்சம் கடனும் ஆயிடுச்சு. இந்த இடத்துலே, என்னோட தாத்தா காலத்துலே இருந்து இருக்கோம். அவரும் ஸ்தபதி தான். கோபால்சாமி ஸ்தபதின்னா, அப்போ தஞ்சாவூர் ஜில்லா முழுக்க தெரியும். அப்படியே, வழிவழியா இந்த வேலை செய்றோம். நீங்க கொஞ்சம் அந்த நூறு ரூபாயை பார்க்காம, எனக்கு செஞ்சு கொடுத்தீங்கன்னா, ரொம்ப உபகாரமா இருக்கும்

அவர் மனைவி, கதவை தாண்டி, முன் வந்து நின்றார்.

இல்லைங்க. இப்போ மார்கெட் இருக்குற நிலவரம் உங்களுக்கு தெரியும்தானே. இந்த ஊர்லே, யாரும்

இப்போ இடமெல்லாம் வாங்குறதில்லை. அதுவும் இடம் சின்னதா இருந்த உடனே மூவ் ஆகும். இவ்வளவு பெரிய இடமெல்லாம், ரொம்ப கஷ்டம். நீங்க ஆறு மாசம் முன்னாடி வந்தப்பவே, நான் அதைத்தானே சொன்னேன்.

தயங்கினார் ஸ்தபதி. இடம் நல்ல இடம்தான். ஆனால் நொடித்துப்போய் விற்கப்படும் இடத்துக்கு, உரிமையாளர்களின் அன்றைய தேவைதான் விலையே. ரியல் எஸ்டேட் வியாபாரத்தில் முக்கியமான மந்திரமே, எதிராளிக்கு நம்முடைய ஆர்வத்தை காட்டாமல் இருப்பதுதான்.

சரிங்க, பாருங்க. எனக்கு கொஞ்சம் வேலை இருக்கு. நீங்க சரின்னா, ராமநாதன் வந்து டாக்குமெண்ட்ஸ் வாங்கிப்பாரு. லீகல் ஒபினியன், வாங்குன உடனே நாம முடிச்சிக்கலாம்.

ஒரு சின்னப் பெண், பாவாடை சட்டையில், வெளியே வந்து சைக்கிளை எடுத்தாள். இது என்னோட மூன்றாவது பெண் லட்சுமி. ஸ்கூல் படிக்கிறாள், என்றார் ஸ்தபதி. சிறிய உதடுகள், கூர்மையான நாசி லட்சணமாக இருந்தாள்.

ரொம்ப சந்தோஷம். அப்போ நான் வர்றேன். லட்சுமி, என்னை திரும்பத்திரும்ப பார்த்துக் கொண்டே, சைக்கிளில் ஏறி, வெளியே போனாள்.

காரிலேற திரும்பி நடந்தேன். மனை முழுவதுமே ஆங்காங்கே சிலைகள் கிடந்தன. கோவிலில் காணப்படும் அன்னப்பறவை ஒன்று மூக்கு உடைந்து, நின்றது. காமதேனு பசுவின் சிற்பம் காங்கிரிட் பெயர்ந்து கால்கள் எல்லாம் கம்பி தெரிய கிடந்தது. மூலையில் அம்மன் சிலை ஒன்று இருந்தது. நான்கடி உயரம் இருக்கும். சாக்குப்போட்டு மூடியிருந்தாலும், மழையில் முழுவதும் கிழிந்து தொங்கியது. உடல் கருப்பு நிறத்திலும், ஆடை ஆபரணங்கள் வெள்ளை நிறமாகவும் செதுக்கியிருந்தார். வலது கையில் சூலம், இடதுகையில் கபாலமும் இருந்தது. இடது முழங்கை

இணைகிற இடத்தில் முழுவதுமாக தெறித்து இடைவெளியில் வெளிச்சம் தெரிந்தது. மேல் கையில் உடுக்கையும் , சங்குமிருந்தது. முகம் மட்டும் சாக்கில் மறைந்திருந்தது.

வீட்டுக்கு வந்தபின்பு, ராமநாதனுக்கு போன் போட்டேன். ராமநாதன் பில்டிங் இன்ஸ்பெக்டராக இருந்து ஓய்வுபெற்றவர். என்னுடைய அனைத்து வியாபாரத்திலும் அவருடைய உழைப்பு உண்டு. அதற்குண்டான ஊதியத்தை அதிகமாகவே கொடுத்துவிடுவேன் என்பதால் எப்போதும் விசுவாசமானவர். இடங்களை தேர்ந்தெடுத்து, எந்த சிக்கலுமின்றி பதிவு செய்வதுவரை ராமனாதன் வேலை. சரியான நேரத்தில், விற்பவர்களை அணுகிவிட்டால் போதும். மற்றதெல்லாம் தானாகவே நடக்கும். தவிர, காலிமனையோ, வீடோ எவ்வளவு முக்கியமான இடத்தில் இருந்தாலும், யாரிடம் இருக்கிறது, என்பதில்தான் அதன் விலை தீர்மானிக்கப்படுகிறது, என்கிற உண்மையை நான் தொடக்க நாட்களிலேயே உணர்ந்துகொண்டேன்.

ஐம்பதுக்கு அறுபது என அருமையான அளவில் உள்ள மனையை, அண்ணனும் தம்பியும் சண்டையிட்டுக்கொண்டு, ஆளுக்கு இருபத்தியைந்து அடி அகலம் என்று பிரித்துக்கொண்டார்கள். முதலில் அண்ணனை கூப்பிட்டுவந்தார் ராமனாதன். அன்றைய சந்தை ரேட்டுக்கு 10 சதவீகிதம் குறைத்து வாங்கினேன். மூன்று மாதம் கழித்து முதலில் விற்பதில்லை என்ற தம்பியும் என்னிடமே வந்தபோது, இனி எனக்கு அந்த இடம் தேவையில்லை என்றேன். வாங்கிக்கொள்ளுங்கள் என்று கெஞ்சவிட்டு, பிறகு அதிரடியாக பாதிவிலையில் வாங்கினேன். பிறகு இரண்டையும் சேர்த்து அந்த ஒரு இடத்தை கைமாற்றியதில் மட்டும், ஒரே மாதத்தில் இருபத்தி ஐந்து லட்சம் லாபம். இருவரும் சேர்ந்து விற்றிருந்தால், அந்தப் பணம் அவர்களுக்கு கிடைத்திருக்கவேண்டிய ஒன்று. ஒருபோதும்,

அவர்களது மனைவிமார்கள் சேரவிடமாட்டார்கள், என்பதே எனது அனுபவம். என்னிடம் விற்றால், பணம் ஒழுங்காக கைக்கு வரும் என்று நான் ஏற்படுத்தியிருந்த நம்பிக்கையே, இந்த தொழிலில் மூலதனம்.

என்ன ராமநாதன், பார்ட்டி திரும்பவும் பிசுறுதே?

இல்லை. அது முடிஞ்ச மாதிரிதான். அந்தாளு கொஞ்சம் மறை கழண்ட கேசு. வீட்டுக்காரம்மா, என்கிட்டே அழுதுடுச்சு. இப்படியே இவர் பிசிறி, பிசிறிதான் இடம் விக்காமயே கிடக்கு. மூத்தபொண்ணுக்கு, முப்பது வயசாகிடுச்சு. கல்யாணம் செய்யமுடியாம கிடந்து அல்லாடுறேங்குது. ஸ்தபதிக்கு அந்த இடத்தை விக்குறதுலே இஷ்டம் இல்லாமதான், இவ்வளோ நாளா மூவ் ஆகாம இருக்குது. விலை படியுற நேரத்துலே திடீர்ன்னு கூட கேட்டு அதை நிறுத்திபுடுவாரு. இனிமே, அவருக்கு வேற வழியில்லை. வந்துடுவாரு.

குளித்து முடித்து, காலை உணவு சாப்பிட்டுக் கொண்டிருந்தபோது, ஸ்தபதி வந்திருப்பதாக அம்மா சொன்னார். அறையில் அமர்ந்திருந்தார். உள்ளே போய் இருக்கையில் அமர்ந்தேன். கையில் புத்தகம் போல் ஒன்று வைத்திருந்தார். வீட்டு டாக்குமெண்ட்ஸ் என்று கையை நீட்டினேன்.

அவரே எழுந்து, என்னுடைய டேபிளில் அந்த வரைபடத்தை பிரித்து பரப்பினார். அது ஒரு கோயில் கோபுரத்துக்குண்டான வரைபடம். அந்த வரைபடமே நான்கடி மேசை முழுவதும் நிரம்பியிருந்தது. பகுதி பகுதியாக வரைந்து ப்ளூபிரிண்ட் செய்திருந்தார். ஒவ்வொரு தளமும் அழகான சிற்பங்களுடன், ஸ்கேல் வைத்து வரையப் பட்டிருந்தது. அடித்தளத்திலிருந்து ஒவ்வொரு தளமாக அளவு குறிக்கப்பட்டு அடிக்கோடிடப் பட்டிருந்தது. மொத்தம் பதினோரு தளங்கள் இருந்தன. ஆறாவது தளம் மட்டும் மண்டபம் போல் தூண்களை கொண்டு நடுவே

இடைவெளியில் முப்பரிமாணச் சிற்பங்கள் மையமாக அமைக்கப் பட்டிருந்தன.

நான் புரியாமல் பார்த்தேன்.

“என்னை, தூங்கவிடாம செய்றது இந்த படம்தான். கோயில் கட்டணும்ன்னு சொல்லி இலங்கைலே இருந்து சில தமிழர்கள் வந்து பார்த்தாங்க. பெரிய அளவுலே திட்டங்கள் தந்தாங்க. அவங்க வந்துட்டு போய் பதினஞ்சு வருசம் ஆயிடுச்சு. ஆனா, ஒவ்வொரு நாளும், இந்தப் படம் என்னை தூங்கவிடலை. திருத்தங்கள் செஞ்சுட்டே இருக்கேன். இந்தப் படத்துலே இருக்குற மாதிரி அந்த ராஜகோபுரம் எழும்பிடுச்சுன்னா, உலகத்துலே தலைசிறந்த சிற்பங்கள் கொண்ட கோபுரமா, அது இருக்கும்.” என்றார்.

என் முகத்தில் தெரிந்த குழப்பம் அவரை சற்று நிதானிக்க வைத்தது.

“கோயில்ங்குறது, கடவுள் இருக்குற இடம் இல்லை. கோயிலே, இறைவனோட வடிவம்தான். அப்போ கோயிலை கட்டுறதுங்குறது, தவம் தானே? அந்த கனவுதான் என்னை இப்படி அல்லும் பகலுமா படுத்தி எடுக்குது”, என்றார் மிதக்கும் கண்களுடன்.

சரி, உள்ளிருந்து உழற்றும் நோய் என்று தோன்றியது. ஜார்ஜ் பேரரசர் தலை பொறித்த நாணயத்தை தேடி பதினைந்து ஆண்டுகள் அலைந்து செத்த சாமிகண்ணு ஆசாரி ஞாபகத்துக்கு வந்தார். “சரிங்கய்யா, நல்லா செய்ங்க. வீட்டு டாக்குமெண்ட்ஸ் எல்லாம் கொண்டு வந்திருக்கீங்களா?”

“இல்லை. உங்ககிட்டே அந்த சதுர அடிக்கு நூறு ரூபாய் சேர்த்து கொடுத்திங்கன்னா, முடிச்சுடலாம்ன்னு சொல்லதான் வந்தேன்.”

எரிச்சல் வந்தது. “இந்தா பாருங்க, மாத்தி மாத்தி பேசுனா, என்னைக்கும் வியாபாரம் முடிக்கமுடியாது. எனக்கும் வேற வேலை இருக்கு,. முன்ன பேசினபடி

முடிச்சிக்கிறதா இருந்தா நாம பேசலாம். இல்லைன்னா, பரவாயில்லை வுடுங்க.''

ஒன்றும் பேசாமல், வீம்புடன் வரைபடத்தை சுற்றி தான் கொண்டுவந்த தோல்பையில் வைத்தார். பேசாமல் நூறு ரூபாய் சேர்த்து கொடுத்துவிடலாமா? திரும்பவும் இவரை விட்டுப்பிடிப்பதுதான் வழி என்று யோசித்தபோதுதான், அறைக்கதவை தள்ளிக்கொண்டு அருணாச்சலத்தின் மனைவி உள்ளே வந்தார். கூடவே அவரது பெரிய மகளும் நின்றாள். பையிலிருந்து பத்திரங்களை உருவி மேசையில் வைத்தார்.

“நீங்க அட்வான்ஸ் கொடுத்துடுங்க சார்'',

நான் அருணாச்சலத்தை கேள்வியாக பார்த்தேன். அவர் தலை குனிந்துகொண்டார். என்னிடமே போக்கு காட்டிய அவரை, காயப்படுத்த வேண்டுமென்கிற ஆசை விழித்துக்கொண்டது.

“இல்லைம்மா, எனக்கு விக்கிறவங்க சந்தோஷமா கொடுக்கணும். சாருக்கு அவ்வளோ விருப்பம் இல்லை. எனக்கு இதில் மனசு ஒப்பலை.''

“சார், நீங்க தயவு செஞ்சு அட்வான்ஸ் கொடுத்துடுங்க. அவர் கிடக்குறாரு. செலை செஞ்சு, செஞ்சு, மனுசாளையும் சிலை மாதிரி ஜடமா நெனைக்குறாரு.'' கண்களில் நீர் வழிந்தது. அருணாச்சலம் அடிபட்டது போல் மனைவியை பார்த்தார்.

உடனடியாக ஒரு லட்சத்துக்கு செக் எழுதி எழுந்து நின்று கும்பிட்டு கொடுத்தேன். அவர் மனைவியே முன்வந்து வாங்கிக்கொண்டார். பிறகு மூவரும் எழுந்து வெளியே போனார்கள். அடித்தது ஜாக்பாட். மனை கைக்கு வந்தவுடன், கொஞ்சம் சுத்தம் செய்து, பக்காவாக வேலி போட்டுவிட்டு காத்திருந்தால் சதுர அடி இரண்டாயிரத்துக்கு குறையாமல் தள்ளிவிடலாம். ஆயிரத்து நானூறு ரூபாய்க்கு முடித்தாகி விட்டது.

ராமனாதனுக்கு போன்செய்து சொன்னேன். பத்திரங்களை வாங்கிப்போனார். லீகல் ஒப்பினியன் முடிந்து, இரண்டு வாரத்தில் பத்திரப்பதிவும் முடிந்தது. பதிவு செய்யும்போது காலி செய்துவிட வேண்டும் என்று சொல்லியிருந்ததால், அப்படியே காலிசெய்து எல்லாப் பொருட்களையும் எடுத்துப் போய்விட்டார் அருணாச்சலம். பணம் வாங்க வீட்டுக்கு, அருணாச்சலத்தின் மனைவியும், பெரிய மகளுமே வந்தார்கள்.

ராமனாதனை அழைத்துக்கொண்டு மனைக்கு சென்றோம். சொன்னதுபோல் எல்லாவற்றையும் எடுத்துச் சென்றிருந்தார்கள். மனையை சுற்றி வந்தோம். வீட்டை இடிப்பதற்கு முன் மேலே உள்ள சீட் தேறுமென்பதால், அதற்கும் செங்கல்லுக்கும் ஆள் பார்க்கச் சொன்னேன்.

திரும்ப காரில் வந்து ஏறுமுன் மூலையில் பார்த்தேன். அந்த அம்மன் சிலை மட்டும் அங்கேயே இருந்தது.

என்ன ராமனாதன், எல்லாத்தையும் காலி செஞ்சுட்டாங்கன்னு சொன்னீங்க? இதை என்ன செய்றது?

சின்ன சிலையெல்லாம் கொண்டு போய்ட்டாரு. இது பெருசுங்கறதால எடமில்லை. செலை ஊனமாகிட்டதால, எப்படியும் அவர் கொண்டு போய் ஒண்ணுத்துக்கும் ஆவப்போறதில்லை.

சரி, நாம வச்சு என்ன செய்றது? அவரையே ஏதாச்சும் ஏற்பாடு செஞ்சு எடுத்துட்டு போக சொல்லுங்க, ராமனாதன்.

சொல்லிடலாம் சார்.

வீட்டுக்குப் போனவுடன் பத்திரங்களை லாக்கரில் வைத்தேன். ராமனாதன் அறையில் காத்திருந்தார். சாவகாசமாக குளித்தேன். காட்டன் ஜிப்பா, கைலி சகிதம் ரூமுக்குள் நுழைந்து அம்ரூத் ஸ்காட்ச்

பாட்டிலை எடுத்து, இரண்டு கிளாஸில் லார்ஜ் ஊற்றினேன். ஐஸ்துண்டங்களை போட்டு ராமனாதனிடம் நீட்டினேன். இரண்டு லார்ஜ் போனவுடன், “போதும் சார், அப்படியே கிளம்புறேன்”, என்றார். பீரோவை திறந்து இரண்டாயிரம் கட்டை எடுத்துக் கொடுத்தேன். கும்பிட்டு வாங்கிக்கொண்டார். அவர் போனவுடன், திரும்ப ஒரு லார்ஜ் போட்டுக்கொண்டேன். வெயிலில் அலைந்தது, நன்றாக ஏறியிருந்தது.

நடுநிசியில், அந்த மனையை பார்க்கவேண்டும் என்று ஏன் வந்தேன் என்று யோசித்துக் கொண்டிருக்கும்போதே, திடீரென்று, தெரு முனையில் ஒரு நாய் ஊளையிட்டது. அருணாச்சலம் பட்டுவேட்டி, பட்டுச்சட்டையுடன் வாசலில் நின்று கும்பிட்டார். “எல்லாம் நல்லபடியா முடிஞ்சுது. ரொம்ப சந்தோஷம்”, என்றார். நடுராத்திரியில் ஏன் பட்டுசட்டை? என்று யோசிக்கும்போதே, ராமனாதன் அருகில் வந்து, “நாந்தான் அப்போவே சொன்னேனே”, என்றார். புன்னகைத்து, திரும்பி மனையைப் பார்த்தேன். மாபெரும் கோபுரம் எழும்பியிருந்தது. கீழே கருங்கற்களால் ஆன தளமும், மேலே சுதையாலும் அது கட்டப்பட்டிருந்தது. மேலே மேகங்களை தொட்டு கலசங்கள் நின்றிருந்தன. எப்படி ஒரே இரவில் இத்தனை பெரிய கோபுரம் சாத்தியமானது என்ற திடுக்கிட்டேன். மயன், கட்டியது அல்லவா என்ற பதில் உள்ளிருந்து வந்தது. ஒவ்வொரு தளத்திலும் சிற்பங்கள், அருணாச்சலம் காண்பித்த வரைபடம் போலவே செதுக்கப்பட்டிருந்தன. பூதகணங்கள் சிரித்தபடி வரிசையாக கோபுரத்தை தாங்கியிருந்தனர். ஆடல் மகளிர் அபிநயம் பிடித்து சிலைகளாக நின்றனர். நான் அவர்களை கடக்கையில் விழிகள் அசைந்தது. ஒவ்வொரு தூணிலும் யாளி வாய் பிளந்து நின்றது.

கோபுரம் தாண்டிச் செல்ல, உள்ளே மிகப்பெரிய பிரகாரம் இருந்தது. முக மண்டபத்தில் நின்ற அருணாச்சலத்தின் மனைவி, வாங்க, வாங்க, உள்ளே

போய் பாருங்க, என்று திருமண வீடு போல் வரவேற்றார். அவரை தாண்டிச் செல்கையில் பார்வையில் இருந்த சிரிப்பு மாறி முறைத்தார். கர்ப்பகிருஹ வாசலில் இருபுறமும் நின்றிருந்த பிரமாண்டமான துவாரபாலகர்கள், சுட்டு விரலை சாய்த்துப் பிடித்து கண்டித்தனர். கர்ப்பகிருஹத்தில் திரையிடப்பட்டிருந்தது. "இடத்து ஓனர்ன்னாலும், உடனே பார்த்துட முடியுமா? அம்பாள் மனசு வைக்கணும்", என்றார் அகலமான குங்குமப்பொட்டு வைத்திருந்த குருக்கள். நான் ஒன்னும் உடனே பார்க்கணும்ன்னு சொல்லலியே, என்று சொல்லும் போதே நா தழதழத்தது. தன்னிரக்கத்தில் அழுகை வந்தது. "அழ தோணுச்சுனா, அழுதுடணும்", என்றார் மீண்டும் குருக்கள். திரை, சட்டென்று இழுக்கப்பட்டது. மனையில் முன்பிருந்த, இடது கை தெறித்த அதே அம்மன் சிலை, சிவப்பு சேலையணிந்து, கற்பூர ஆரத்தியில் ஜொலித்தது. கற்பூர தட்டை முகம் அருகே கொண்டு சென்றார், குருக்கள். அருணாச்சலத்தின் மூன்றாவது மகள் லெட்சுமியின் முகமாக அது இருந்தது. கையெடுத்து கும்பிட்டேன். பேச்சு வர மறுத்தது. கற்பூர தட்டை என்னிடம் கொண்டு வந்து நீட்டியபடி "சதுர அடிக்கு நூறு ரூபாய்", என்றார் குருக்கள். ஏதோ பேச முயன்றபோது தொண்டை வறண்டது. இனி பேச முடியாது என்று நினைத்தபோது, திடீரென்று விழிப்பு வந்தது. எழுந்து பார்த்தபோது, அவ்வளவு ஏஸி குளிரிலும் முழுவதுமாய் வேர்த்திருந்தேன்.

கடிகாரம் ஏழரை காட்டியது. எழுந்து சென்று முகம் கழுவி, ஷோபாவிடம் காபி வாங்கி குடித்தேன். அம்மா, பூஜை அறையில் அமர்ந்து ஆயிரத்து எட்டு போற்றி படித்துக்கொண்டிருந்தாள்.

உடனே குளித்து முடித்து, காரை எடுத்துக்கொண்டு மனைக்கு சென்றேன். ஒரு அரைபாடி வண்டி உள்ளே நின்றது. இரண்டு பேர் அங்கிருந்த சாக்கில் சுற்றப்பட்ட அம்மன் சிலையை அந்த வண்டியில் ஏற்றிக்கொண்டிருந்தார்கள். என்னைப் பார்த்தவுடன்

ரா.செந்தில்குமார் • 83

ஸ்தபதி அருணாச்சலம் வெற்றிலைப் பொட்டலத்தை கையில் சுருட்டியபடி அருகில் வந்தார். “ராமனாதன் செலையை எடுத்துட சொன்னாரு. வலங்கைமானிலே மச்சான் சிற்ப வேலைதான் செய்றான் அங்கே கொண்டுபோறேன்”, என்றார்.

அது சரிங்க. உங்க மூணாவது பொண்ணு லெட்சுமி ஸ்கூலுக்கு போயாச்சா? என்று கேட்டேன்.

சற்று தயங்கி குழப்பமடைந்தவராக, “மூணாவது பொண்ணு லட்சுமியா? எனக்கு மொத்தமே இரண்டு பொண்ணுதானே சார்”, என்றார் அருணாச்சலம் ஸ்தபதி.

உறுதுயர்

ஊரில் எத்தனையோ அசைவ உணவகங்கள் வந்துவிட்டன. முழுக் கோழியை உறித்து கம்பியில் சொருகி, தீயில் சுழல விடும் தந்தூரி கடைகள் பஸ்ஸ்டாண்டில் பெருகிவிட்டன. பக்கெட் பிரியாணி என்ற பெயரில் பிரியாணி கடைகள் வந்துவிட்டன. குளிர்வசதி கொண்ட அந்த உணவகங்களில் மக்கள் குவிகின்றனர். இவ்வளவுக்கு பிறகும், கடைத்தெருவின் ஒரு மூலையில், அடுப்பு கரி படிந்து சுவரெல்லாம் இருட்டாகி, வெளிச்சமே இல்லாமல் பாழடைந்த வீடு போல் இருக்கும் இந்த மதுரை பெஸ்ட் முனியாண்டி விலாஸுக்கு இன்னமும் சிலர் வந்துகொண்டுதான் இருக்கின்றனர். அப்படி அவர்கள் வருவதற்கு உணவின் சுவை மட்டும் காரணம் அல்ல. ஊரின் எந்த உணவகத்திலும் மது குடிப்பதற்கு அனுமதி அளிப்பதில்லை. போலீஸை சமாளிக்கத் தெரிந்தவர்களுக்கு, போதையேறியதும் டேபிள் சேரை உடைத்தெறிபவர்களை சமாளிக்க முடியாததே அந்த தடைக்குக் காரணம். முனியாண்டி ஹோட்டலை பொறுத்தவரை அப்படி உடைக்க மதிப்பாக எதுவுமில்லை. அப்படியே உடைத்துப்போட்டாலும் சிரித்துக்கொண்டே அனுப்பி வைப்பவர் பெருமாள்சாமி முதலாளி. அடுத்த நாள் அப்படி உடைக்கப்பட்ட ஸ்டுலிலேயே உட்காரவேண்டி வருமென்பதால் ரெகுலராக குடிக்க வருபவர்களும் அங்கு தகராறு செய்யத் தயங்கினார்கள்.

நினைவு தெரிந்த நாள் முதல் இந்தப் பழைய வீட்டில் தான் மதுரை பெஸ்ட் முனியாண்டி விலாஸ்

இயங்கி வந்தது. பிரதான கடைத்தெரு சாலையிலிருந்து ஒருவர் மட்டுமே நடக்கக்கூடிய சந்தாக ஓடி, அதன் முடிவில் உணவகம் இருந்தது. கடைத்தெரு பார்த்தபடி இருக்கும் வீட்டின் மூலையில் கல்லாபெட்டி இருந்தது. பெருமாள்சாமி நாயுடு இல்லாத நேரத்தில் அவரது மூத்தமகன் ரங்கய்யன் உட்காந்திருப்பார். சிறுவனாக பள்ளிக்குச் செல்லும்போது சுருக்கு வழியாக இந்த சந்தில் புகுந்து செல்வதுண்டு. உணவக வாசலிலின் ஒரு மூலையில் கல்லாப்பெட்டியும் இன்னொரு மூலையில் பரோட்டா போடும் கல்லுமிருக்கும். கல்லாப்பெட்டிக்கு நேராக இருந்த அந்த மூன்று அடி சந்தின் வழியாக கடைத்தெருவின் நிகழ்வுகளை பார்த்துக்கொண்டிருப்பார் பெருமாள்சாமி நாயுடு. கடைத்தெருவை பார்ப்பதில் சுவாரஸ்யம் குறையும் நேரத்தில் பொன்வண்டு பனியனுடன் வியர்வை பொங்க அந்தோ்ணி, பரோட்டாவை புரட்டி எடுப்பதை பார்த்துக்கொண்டிருப்பார்.

எல்லாவற்றையும் தாண்டி மதுரை பெஸ்ட் முனியாண்டியில் ஒரு விசித்திரம் இருந்தது. உணவகத்தின் வாசலில் சிறிய ஸ்பீக்கர்கள் கட்டப்பட்டு அவற்றில் எந்த நேரமும் சினிமாப் பாடல்கள் ஒலித்துக்கொண்டிருக்கும். உணவகத்தின் உள்ளேயும் அந்த பாடல் மெலிதாக ஒலிக்கும். ஆனால் அந்தப் பாடல்கள் வேறு எங்குமே கேட்க கிடைக்காதவையாக இருந்தன. கண்டுபிடிக்கமுடியாத அளவுக்கு அவை பழைய பாடல்களுமில்லை. இருப்பினும் அந்தப் பாடல்கள் எந்தப் படத்தில் வந்தவை, யார் இசையமைத்தது என்றே அறிந்து கொள்ள முடியாத அளவுக்கு அவை பிரபல்யம் இல்லாதவையாக, ஒருவேளை அந்தப் பாடல்கள் இடம்பெற்ற படங்களே வெளிவரவில்லையோ என்கிற அளவுக்கு விசித்திர மானவையாக இருந்தன. அந்த காலகட்டத்தில் சிரஞ்சிவி நடித்த தெலுங்குப் படங்கள் தமிழில் டப் செய்து வரும்போது, தெலுங்கு வார்த்தைகளின் வாயசைவுக்கேற்ப எழுதப்

பட்டவையும் அதில் உண்டு. இப்படி ஒரு ரசனையா என்று தோன்றும்படி அந்தப் பாடல்களை தேர்ந்தெடுப்பது யார் என்று நண்பர்களுக்குள் பேசிக்கொள்வோம். பெருமாள்சாமி நாயுடு, ஒருபோதும் அந்தப் பாடல்களை முணுமுணுத்தோ, தாளம்போட்டோ பார்த்ததில்லை. கேசட்டுகள் வழக்கொழிந்து, சிடி, எம்பி3 என மாறிப் பல ஆண்டுகள் ஓடிவிட்ட சூழலிலும் முன்பு போலவே கேட்டேயிராத பாடல்களை பழைய ஸ்பீக்கர்கள் முணுமுணுத்துக்கொண்டிருந்தது, முனியாண்டி ஹோட்டலில் மட்டும் காலத்தை நிறுத்தி வைத்தது போல் தோன்றியது.

காலங்காலமாக குடிமேஜையில் பேசப் படுபவைகளைக் கேட்டு அலுத்துப்போனதாய் மிக மெதுவாக சுற்றிக்கொண்டிருந்தது அந்தப் பழைய மின்விசிறி. ஓடுகள் வழியே இறங்கும் மதிய வெயிலின் வெம்மையை அறையெங்கும் விசிறியடித்தது அது. உள்ளே இறங்கியிருந்த மது உடலின் வெப்பத்தை கூட்டி வியர்வையை பொங்க வைத்திருந்தது. ஒரு பெரிய தட்டில் பொறித்த கோழி, வறுத்த மீன், மட்டன் ப்ரை, கறி மீன் போன்றவற்றை சுற்றிலும் வைத்துக்கொண்டு வந்து காட்டி ஆர்டர் எடுத்துக்கொண்டிருந்தார் அந்தோணி. மெனுகார்டை காட்டி ஆர்டரை எடுப்பதை எல்லாம் நம்புவதில்லை பெருமாள்சாமி நாயுடு. சுவையான உணவை நேரடியாக காட்டுவதின் வழியாகவே மக்களை சாப்பிடத் தூண்ட முடியும் என்று நம்புபவர் அவர்.

பழைய திண்டுக்கல் பூட்டின் வடிவத்தை நினைவுபடுத்திய நன்கு சிவந்து பொறிக்கப்பட்ட கெண்டை மீனை காட்டி ஆர்டர் செய்தான், சிவா. மூன்று எவர்சில்வர் டம்ளர்களில் டாஸ்மாக்கில் வாங்கி வந்திருந்த மார்ஃபெஸ் பிராந்தியை கால்வாசி விட்டு தண்ணீர் ஊற்றினான் லோகு. வெகு நாட்களுக்கு முன்பே நண்பர்களுக்காக ஃபாரின் சரக்கு வாங்கி வருவதை நிறுத்தியிருந்தேன்.

பெரும்பாலும் அது இவர்களுக்கு கேட்பதில்லை. க்ளென்ஃபிட்ச் சிங்கிள் மால்ட் விஸ்கியை அருந்திவிட்டு, பத்தவில்லை என்று அதற்கு மேலேயே டாஸ்மாக் விஸ்கியை விட்டுக்கொள்ளும் அபத்தத்தை பொறுத்துக்கொள்ளமுடியவில்லை.

எங்களுக்குப் பக்கத்து வரிசையின் மூலையில் அந்த இளம்பெண்ணும் எதிரில் ஒரு பெரியவரும் அமர்ந்திருந்தனர். அந்த உணவகத்தில், கடைசியாக எப்போது இளம்பெண்ணை பார்த்தோம் என்று நினைவில் இல்லை. சமயங்களில் வயதான தம்பதிகள், கிராமத்திலிருந்து மளிகை சாமான்கள் வாங்கிவிட்டு திரும்புகையில் கணவரின் மது விருப்பத்திற்காக அங்கு வருவதுண்டு. அந்த இடத்தில் ஒரு இளம்பெண்ணை பார்ப்பது கிளர்ச்சியாகவும் அதே சமயத்தில் ஒரு அசௌகரியத்தையும் தந்தது. அந்தப் பெண் இடது கையில் சிறிய பர்ஸை பிடித்து சுருட்டியவாறே சாப்பிட்டுக்கொண்டிருந்தாள். கிழவர் பழுப்பு நிறமான வெள்ளை வேட்டியும் ஜிப்பாவும் அணிந்திருந்தார். கழுத்தில் கட்சிக்கரை போட்ட துண்டு. வயது காரணத்தால் அவர் தளர்ந்திருந்தாலும், ஒரு காலத்தில் உறுதியான உடலை கொண்டிருந்தவர் என்பதை தீர்க்கமான கண்கள் காட்டியது.

கருநீலத்தில், வெளிர் நீல நிறப் பறவைகள் பொறித்திருக்கும் காட்டன் புடவை அணிந்திருந்தாள் அந்தப் பெண். அதே வெளிர் நீலத்தில் குட்டையான ரவிக்கை. மாநிற மேனி. கழுத்தை ஒட்டி மெலிதான தங்க செயின். திருத்தப்பட்ட புருவம், அளவான கண்கள். நீள்வாக்கு முகம். உதடுகளில் மிக மெல்லிய சிவப்புத் தீட்டல். தலைமுடியை பின்னாமல் போனிடெயில் போல் விட்டிருந்தாள். நெற்றி ஓரத்தில் சிறிய தழும்பு அவள் செய்திருந்த மேக்கப்பை மீறித் தெரிந்தது. அவள் உடுத்தியிருந்த விதம், அமர்ந்திருந்த பாங்கு, இவற்றிலிருந்த நளினம் மீண்டும் அவளை பார்க்கவைத்தது.

கிழவர், அந்தப் பெண்ணிடம் பேசியபடி அவ்வப்போது துண்டை இடது பக்கமாக தூக்கி வாயை மறைத்தபடி டம்ளரை எடுத்துக் குடித்தார். இலையில் இருந்த மட்டன் பிரியாணியில் இருந்து கறியை எடுத்துக் கடித்துக்கொண்டார். அவர் கடிக்க எடுத்துக்கொண்ட பிரயத்தனத்தில் வாயில் பற்கள் இல்லை என்பது தெரிந்தது. அந்தப் பெண் கறியை கையிலெடுத்து மசித்து அவர் சாப்பிடுவதற்கு தோதாக இலையில் வைத்தாள். போதும்மா என்று சிணுங்கியபடி அவர் அதை தொட்டுக்கொண்டார். எவ்வளவு சீக்கிரம் பெண்கள் தாயாகி விடுகின்றனர் என்று தோன்றியது. கிழவர் ஏற்கனவே நிறைய குடித்திருக்கிறார் என்பதை சிவந்த கண்கள் காட்டின. திரும்பவும் டம்ளரை எடுத்தார். “போதும்ப்பா. பிரியாணியை சாப்புடுங்க” என்றாள் அந்தப் பெண். கிழவர் மெலிதாக சிரித்துக்கொண்டே வலதுபக்கமாக திரும்பி பாட்டிலில் இருந்து சரக்கை டம்ளரில் ஊற்றிக்கொண்டு ஜக்கில் இருந்த தண்ணீரை கொஞ்சமாக அதில் ஊற்றி பழையபடி துண்டை தூக்கிப்பிடித்துக்கொண்டு உறிஞ்சினார். பிறகு எங்களைப் பார்த்து சினேகபாவமாக சிரித்தார்.

“எம் மவ ஆனந்தி. சிங்கப்பூர்லே வேலை பாக்குது. லீவுக்கு வந்துருக்கு”, என்றார்.

“சிங்கப்பூருலே எங்க?” என்றான் அங்கு மூன்று வருடம் ஓவர்ஸ்டே அடித்திருந்த லோகு. பெரியவர் தயக்கமாக அந்தப் பெண்ணை பார்த்தார். அவள் அந்தக் கேள்வியை தவிர்த்து, மையமாக சிரித்தாள். பெரியவர் எங்களிடம் சகஜமாகப் பேசுவதை அவள் விரும்பவில்லை என்பது தெரிந்தது.

நான்குமணி கறவைக்கு இன்னும் வெகுநேரம் இருக்கிறது என்று கடைத்தெருவில் அவிழ்த்து விட்டிருந்த ஒரு பசுமாடு பின்பக்கம் ஒலிக்கும் ஹாரனை சட்டைசெய்யாமல் வெயிலில் நிதானமாக நகர்ந்து கொண்டிருந்தது, சந்து வழியாக தெரிந்தது. வாழைத்தார்களை வண்டியில் தள்ளிக்கொண்டு,

வழிகேட்டு சத்தம் கொடுத்துக்கொண்டே போனார் ஒருவர்.

பெரியவர், அடுத்த ரவுண்டை உறிஞ்சி கீழே வைத்துவிட்டு சிவப்பேறிய கண்களுடன் என்னைப் பார்த்து "மூணு தறுதலைகளை பெத்தேன். நடுரோட்டுலே வுட்டுட்டுச்சுங்க. கடைசியா பெத்த ஒத்த பொண்ணு இது, நின்னு காப்பாத்துது." என்றார்.

"அப்பா, போதும்.. சாப்பிடுங்க.." என்று அவருக்கு மட்டும் கேட்கும்படி முனகினாள் ஆனந்தி.

"எங்கய்யா காலத்துலே ஒன்றரை வேலி நெலமிருந்துச்சு. புள்ளைங்களை படிக்க வைக்குறேன், பொண்டாட்டிக்கு வைத்தியம் பாக்குறேன்னு நா கொஞ்சத்தை ஒழிச்சேன். அப்பவும் பதினாறு மா நெலம் கிடந்துச்சு. முப்போகம் விளையுற மண்ணு. ஒழுங்கா பார்த்திருந்தா, ராசா மாதிரி இருக்கலாம். தறுதலைங்க எவனும் நெலத்தை பார்க்கலை. அங்க தொட்டு, இங்க தொட்டுன்னு கடனாயிடுச்சு. பட்டாமணியாரு, நெலத்தை மீட்க வழியில்லன்னா, தானே வெள்ளாமை பண்ணிக்கிறேன், பாக்கி பணத்தை வாங்கிக்கன்னுட்டாரு"

சற்று இடைவெளி விட்டார் பெரியவர். துண்டால் முகத்தை அழுந்த துடைத்துக்கொண்டார். தொண்டை கம்மியிருந்தது.

"நாம உசுரோட இருக்கச்சையே, இன்னொருத்தன் நம்ம நெலத்துலே இறங்கி வெவசாயம் செய்றதை பாக்குறது எப்புடிருக்கும் தெரியுமா? நம்ம பொஞ்சாதியை, இன்னொருத்தான் பெண்டாள விட்ட மாதிரி வலி தம்பி அது" நீளமாகப் பேசியதால் மூச்சிரைத்தார் பெரியவர்.

"இப்போ என்னாத்துக்கு போனதை எல்லாம் பேசணும்? சாப்பிட வந்த இடத்திலே இது என்ன வேலை? வீட்டு கதையெல்லாம் இங்கே சொல்லிட்டு இருக்கே?" என்றாள், ஆனந்தி. சொல்லிவிட்டு என்னை முறைத்தாள். நீ தான் தேவையில்லாம

இதெல்லாம் அவரை சொல்லவைக்குறே, என்கிற புகார் அவள் கண்களில் தெரிந்தது. கோபத்திலும் அவளது அசைவுகளில் நளினம் கெடவில்லை. பேசும்போது குவியும் சிறிய உதடுகளில் புன்முறுவல் இன்னும் மிச்சமிருந்தது.

"அட நீ சும்மாரும்மா. மனசுக்குள்ளேயே கெடந்து புழுங்கிட்டு கிடக்கேன். பச்ச மட்டை வெட்டற அன்னைக்குதான், நெருப்பெல்லாம் ஆறும். தம்பிங்க யாரோ, எவரோ, சொல்லிதான் ஆத்திக்குறேனே" என்றார் பெரியவர். கண்கள் சிவந்து, வாய் குழறத் தொடங்கியிருந்தார்.

பேச்சு சத்தம் கேட்டு, கல்லாப்பெட்டியிலிருந்த பெருமாள்சாமி நாயுடு, சன்னல் வழியே மெல்லக் குனிந்து உள்ளே பார்த்தார். சாப்பிட வருபவர்கள், குடித்துவிட்டு மௌனமாக மட்டன் சாப்ஸும், பிரியாணியும் தின்றுவிட்டு நகர்ந்துவிட்டால் அன்றைய பொழுதுக்கான வியாபாரம் நல்ல படியாகப் போனது என்று அர்த்தம். குடித்துவிட்டு ஆரம்பிக்கும் எந்தப் பேச்சும், சண்டையில்தான் நிற்குமென்கிற அனுபவம் அவருக்கு. அவர் உள்ளே பார்ப்பதை நான் கவனித்தவுடன் சட்டென்று தலையை திருப்பிக்கொண்டு பழையபடி கடைத் தெருவை பார்க்கத் தொடங்கினார்.

லோகுவும், சிவாவும் என்னை எதிர்பார்க்காமல் அடுத்தடுத்த ரவுண்டுகளில் மும்முரமாக இருந்தார்கள். வேலைக்காக ஊரை விட்டுப் போன ஆரம்பகாலங்களில், விடுமுறைக்கு வரும்போது குடிப்பது நண்பர்களுடன் பேசி, விட்டுப்போன காலத்தை பேச்சால் நிரப்பிக்கொள்வதற்கான பிரயாசையாகதான் இருந்தது. சில வருடங்களில் பொதுவாக பேசிக்கொள்வதற்கான விஷயங்கள் கொஞ்சம் கொஞ்சமாக உதிர்ந்து விட்டிருந்தன. எங்களுக்குத் தெரிந்த பெண்கள் திருமணமாகி வேறு நாடுகளுக்கும், ஊர்களுக்கும் சென்றிருந்தார்கள். பொதுவான நண்பர்கள் குறைந்திருந்தார்கள்.

எங்களுக்குத் தெரிந்த ஊர் இப்போது நினைவுகளாக மட்டும் எஞ்சியிருந்தன. பெரிய மால்கள் நான்கு வந்து விட்டன. ரெத்னா டீலக்ஸ் தியேட்டர் மல்டி பிளக்ஸ் திரையரங்காக உருமாறியிருந்தது. மாறாமல் இருந்தது இந்த முனியாண்டி ஹோட்டல் மட்டன் சாப்சும், அதன் பிரசித்தி பெற்ற இசையும் தான்.

பெரியவரை பார்க்க தயங்கி, கிளாஸில் தண்ணீர் விட்டுக்கொண்டேன். அந்தோணி, தட்டில் அயிட்டங்களுடன் உள்ளே வந்து “வேற ஏதாவது வேணுமா சார்”, என்று கேட்டார். அந்தோணியை உள்ளே அனுப்பியதே முதலாளியாகத்தான் இருக்கும். சிவா, “பெப்பர் நல்லா தூவி மூணு ஆஃப்பாயில்”, என்றான். பிரச்சினை எதுவுமில்லை என்று உறுதி செய்துகொண்ட திருப்தியுடன் வெளியே போனார் அந்தோணி.

குரலைச் செருமி, கவனம் ஈர்த்தார் பெரியவர். அவரை சட்டை செய்யாமல், லோகுவிடம் “கடை எப்படி போகுது? என்று கேட்டேன். ம்ம்..போவுது என்று சொல்லிவிட்டு செல்ஃபோனை நோண்டினான் லோகு. பெரியவர் பேச விரும்புகிறார் என்பது அவரது அசைவுகளில் தெரிந்தது. வேண்டுமென்றே மௌனமாக இருந்தேன். அப்பாவும் மகளும் ஏதோ பேசிக்கொண்டார்கள். பெரியவரை பார்க்க பாவமாக இருந்தது.

பிறகு சட்டென்று துணிந்து, “பையங்க எங்கே இருக்காங்க?” என்று அவரிடம் கேட்டேன். “மூத்தவன் ரெண்டு பேரு திருப்பூர் பனியன் கம்பெனி வேலைக்கு போனானுக. திடீர்னு வேலையை விட்டுட்டேனு வருவானுக. மறுக்கா போவானுக. ஒருத்தன் உள்ளூர்லேயே கூலி வேலை பாத்துக்கிட்டு, குடிச்சிட்டு திரியுறான். ஒருத்தனும் பிரயோஜன மில்லை, தம்பி. எல்லாம் போச்சு. காசு, பணம் மருவாதை எல்லாம் செய்முறை செய்ய வக்கு இருக்குறவனுக்கு தான். வெத்து சோறுன்னு தெரிஞ்சா சொந்தமாவது ஒண்ணாவது. மண்ணு மட்டும் கையை

வுட்டு போச்சுன்னா, மானமும் போச்சுன்னுதான் அர்த்தம். அப்படியே தான் போணுச்சு பத்து வருசம். எல்லாத்தையும் மாத்துனது, இந்த பொண்ணுதான். எங்க குலச்சாமி'' கையை எடுத்து மகளை கும்பிட்டார் பெரியவர்.

ஆனந்தி, தலையைக் குனிந்து உட்கார்ந்திருந்தாள். இனி இவரை நிறுத்த முடியாது என்று தோன்றியவளாக சங்கடத்துடன் புன்னகைத்தாள். "ஆம்பிளை பயலுங்களை படிக்க வைக்கணும்ன்னு செலவு செஞ்சேன். ஒருத்தனும் தேறலை. ஆனா பொண்ணு உள்ளூர்லேயே ஸ்கூலு போணுச்சு. பொறவு வைராக்கியமா சிங்கப்பூர் போய் சம்பாதிச்சு இந்தா இடிஞ்சு விழுந்த வீட்டை எடுத்து கட்டிப்புடுச்சு. பத்து மா நெலம் இருந்தா பாருப்பாங்குது. என் புத்திக்கு இதை காலேசு அனுப்பணும்னு தோணாம போயிடுச்சு.''

கீழே குனிந்து அடுத்த ரவுண்டுக்கு பாட்டிலை தேடினார் பெரியவர். தள்ளாடிய கை பட்டு எவர்சில்வர் டம்ளரிலிருந்த தண்ணீர் இலையில் கொட்டியது. இலையிலிருந்து ஓடிய நீர், கரு நீல நிற புடவையில் சொட்டியது. ஆனந்தி சட்டென்று இலையை மூடிவிட்டு, எழுந்து கைகள் கழுவ வாஷ்பேசின் இருக்கும் முற்றத்துக்குப் போனாள். பெரியவர் ஒரு வழியாக பாட்டிலை தேடியெடுத்து மீதமிருந்ததை தனது டம்ளரில் கவிழ்த்துக்கொண்டார். ஆனந்தி எழுந்த வேகத்தில் சிவாவும், லோகுவும் நிமிர்ந்து வேடிக்கை பார்த்தார்கள். தேவையில்லாமல் இவரிடம் பேச்சுக்கொடுத்தோமோ என்கிற சங்கடத்தில் நான் தலைகுனிந்து சாப்பிட்டேன்.

பெரியவர் இலையை துழாவிக் கொண்டே, டம்ளரை உறிஞ்சினார். கைகழுவி வந்த ஆனந்தி, "போதும் சாப்புட்டது, கௌம்புப்பா'' என்றாள், சத்தமாக. பெரியவர் காது கேளாதவர் போல், டம்ளரை கீழே வைத்துவிட்டு துண்டால் வாயைத் துடைத்துக்கொண்டார். ஆனந்தி இந்தமுறை இன்னும்

கோபமாக “நீ இப்போ கிளம்ப போறீயா இல்லியா?” என்றாள்.

“அட, தட்டுவாணி செறுக்கி, என்கிட்டே சம்பாதிக்கிற பவுசை காட்டுறியா. அடிச்சு மொகரையை பேத்துடுவேன்” என்று கை ஓங்கி எழ முயற்சித்தார். நிலை தடுமாறி சுவரை பிடித்துக்கொண்டு உட்கார்ந்தார். “நீ கேலாங்க்லே என்ன தொழிலு செய்றேன்னு எனக்கு தெரியாதா? நாயே, இப்படி குடும்ப மானத்தை கப்பலேத்திட்டி யேடி அவிசாரி முண்டை… இதெல்லாம் ஒரு பொழைப்பா?” என்று பெருங்குரலெடுத்து அழத்தொடங்கினார் பெரியவர். ஆஃப்பாயில் எடுத்து வந்த அந்தோணி விக்கித்துப்போய் நின்றார். அவமானத்தில் கூனிக் குறுகியவளாய் கண்களிலிருந்து நீர் சொட்ட நின்றிருந்தாள் ஆனந்தி. வழக்கம்போல் கேட்டேயிராத ஒரு விசித்திரமான பாடல் ஸ்பீக்கரிலிருந்து கசிந்தது.

அய்லீன்

வெள்ளை சுடிதார் டாப்ஸூம், ப்ளூ ஜீன்ஸூம் அணிந்திருந்த அந்த இளம்பெண் முகமெங்கும் அடர் நீல நிற வண்ணமும், சிவப்பு வண்ணமும் வேர்வையுடன் கலந்து ஊதா நிறத்தில் வழிந்தோடியது. கண்கள் இரண்டும் கிறங்கி மூடியிருக்க, ஸ்பீக்கரில் ஒலித்த ஹிந்திப்பாடலின் இசைக்கேற்ப இரண்டு கைகளிலும் சுட்டுவிரல்களை உயர்த்தியபடி அழகாக ஆடிக்கொண்டிருந்தாள். பொன் நிறத்தில் சாயமேற்றி இருந்த அவளது போனிடெயில் முடியும் சாயத்தில் குளித்திருந்தது. திட்டுத்திட்டாக வண்ணங்கள் அவளது வெண்ணிற குர்தாவில் உறைந்திருக்க ஒரு பட்டாம்பூச்சியை போல் அவள் ஆடிக்கொண்டிருந்தாள். ராதையை சுற்றியிருக்கும் கிருஷ்ணர்கள் என அவளைச் சுற்றி நான்கு இளைஞர்கள் ஆடிக் கொண்டிருந்தனர். இந்தியாவிலிருந்து, ஜப்பான் வந்து பயிலும் பல்கலைக்கழக மாணவர்களாக இருக்கக் கூடும். அங்கிருந்த அனைவருமே தம்முடைய இயல்பான கூச்சத்தை விட்டு, கொண்டாட்ட மனநிலையில் திளைத்திருந்தனர். வண்ணங்களுக்குள் ஒளிந்து கொள்வது எத்தனை பெரிய விடுதலை என்று தோன்றியது. நிறைய வட இந்தியப் பெண்கள் வெள்ளை டிஷர்ட் அல்லது வெள்ளை குர்தாக்களையே அணிந்திருந்தனர். ஹோலி பண்டிகைக்கு வெள்ளை நிற உடைகள்தான் பாந்தமென்று தோன்றியது. வண்ணங்களின் ஆட்டத்தை அதன் போக்கில் நிகழவிடுவது வெள்ளை உடைகள்தான். ஹோலி பண்டிகைக்கு அடர் வண்ணத்தில் உடையணிவது வண்ணங்களுக்கு எதிரான முகம் திருப்புதல்.

நிசிகசாய் மெட்ரோவின் அருகிலேயே இருக்கும் அந்தப் பூங்கா மைதானம் முழுவதும் வண்ணங்களால் நிரம்பியிருந்தது. இந்திய உணவகங்கள் அமைத்திருந்த ஸ்டால்களிலிருந்து பாவ்பாஜியின் வாசம் வீசியது. ஸ்பீக்கரிலிருந்து இந்தி, தமிழ் தெலுங்கு என கலந்துகட்டி பாடல்கள் ஒலித்துக்கொண்டிருந்தன. நான்கு வயது மகனை கழுத்தில் அமர வைத்துக்கொண்டு ஒரு அப்பா ஆடிக்கொண்டிருந்தார். இருகைகளிலும் அப்பாவின் தலைமுடியை இறுக்கிப் பிடித்தபடி அந்தப் பையன் உற்சாகமாக கத்தினான்.

"இந்தியப் பெண்கள், அழகிகள்", என்றார் ஜோசப், ஒயினை குடித்தபடி.

"ஆம், இந்தியப் பெண்கள் மிகவும் அழகானவர்கள்" என்று பதில் சொன்னான் மேத்யூ. மேத்யூ தானாக எதுவும் சொல்வதில்லை. ஜோசப் சொல்வதை அங்கீகரித்து மறுபடியும் வேறு வார்த்தைகளில் அதையே மறுமொழியாக சொல்வதை பழக்கமாக கொண்டிருந்தான்.

ஒரு பேப்பர் தட்டில் நிறைய தந்தூரி சிக்கன் துண்டுகளை வாங்கிவந்தார் வெங்கடேஷ். ஒயினுடன் இதை சாப்பிட்டு பாருங்கள் என்று ஜோசப்பிடம் காட்டினார். ஸ்டைலாக ஒரு சிறிய துண்டை சாப்ஸ்டிக்கில் எடுத்து சுவைத்து "டெலிசியஸ்", என்றார் ஜோசப். கையில் ஒரு துண்டை எடுத்துக்கொண்டிருக்கும்போதே, "ஆம் அருமையான சுவை" என்றான் மேத்யூ

இரண்டு ஜெர்மானியர்கள் முக்கியமான பிஸினஸ் விஷயமாக பேச வருகிறார்கள் என்று வெங்கி சொன்னபோது, நல்ல உயரமான அத்லெட்டிக் உடலமைப்பு கொண்ட இரு வெள்ளையர்களை கற்பனை செய்துவைத்திருந்தேன். இருவரும் வந்து சேர்ந்தபோதுதான் ஜெர்மனியில் கருப்பினத்தவர்களும் இருக்கிறார்கள் என்பது ஞாபகம் வந்தது. இந்த ஹோலி கூட்டத்தில் என்ன பிசினஸ் பேசப் போகிறார்கள் என்று குறுகுறுப்பு ஓடிக்கொண்டிருந்தது.

வெங்கியை பொருத்தவரை இப்படி அடிக்கடி சிலரை அறிமுகப்படுத்துவார். மிகப்பெரிய திட்டங்களைப் பேசுவார்கள் அவர்கள். பிறகு, சத்தமே இருக்காது. என்ன ஆனது என்று வெங்கியிடம் கேட்டால், “பைப்லைனில் இருக்கு”, என்பார். ஜப்பானில் இந்துக்கோவில் கட்டவேண்டுமென்று ஒரு அமெரிக்க இந்தியரை அழைத்து வந்தார் வெங்கி. சில முறை கூட்டங்கள் நடந்தன. கோவிலுக்கான வரைபடமொன்றை காட்டினார் அந்த அமெரிக்க இந்தியர். அதுவோ ஸ்ரீரங்கம் கோவில் அளவுக்கு பெரியதாக இருந்தது. ஜப்பானின் பூகோள அமைப்பு பற்றி எந்த புரிதலும் இல்லாதவர் அவர் என்பது உடனே புரிந்தது. கோவில் பற்றிய சந்திப்புகள் என்பதால் குடி வேறு கிடையாது. எனவே, சில மாதங்களில் வெங்கி விரக்தியடைந்தார். பிறகு காணாமல்போன அந்த அமெரிக்க இந்தியரை, பல மாதங்களுக்குப் பிறகு வேறு ஒரு தமிழ்ச்சங்க ஆட்களுடன் இந்திய உணவகத்தில் பார்த்தேன். அங்கு அமர்ந்து அதே கோவில் வரைபடத்தை விளக்கிக்கொண்டிருந்தார் அவர். சரிதான் பூசலார் வகையறா போலிருக்கிறது என்று நினைத்துக் கொண்டேன்.

ஜோசப், வெள்ளை நிற டீஷர்ட்டை நீல நிற ஜீன்ஸ் பேண்டில் டக் இன் செய்து மேலே லேதர் ஜாக்கெட் அணிந்திருந்தார். தலைக்கு மேலே கீரிடம் போல் கறுப்பு நிற வட்ட தொப்பியும், லெதர் ஷூவும் அணிந்திருந்தார். அனைத்துமே விலை உயர்ந்தவை என்று தெரிந்தது. ஜோசப்பின் எல்லா அசைவுகளிலும் ஒரு நிதானம் இருந்தது. கூர்ந்து கண்களைப் பார்த்து பேசினார்.

மேத்யூ பளீர் வெள்ளை சட்டையும் கறுப்பு நிற ஜீன்ஸ் பேண்டும் அணிந்திருந்தான். மிகமெல்லிய பாலியெஸ்டர் துணியினாலான வெள்ளை சட்டை காற்றில் அலைந்து கொண்டேயிருந்தது. அப்படி பறக்கும்போதெல்லாம் அதிலிருந்து எழும்பிய அம்பர் வகை வாசனை திரவியத்தின் நறுமணம்

நாசியைத் தழுவியது. அவன் நடை உடை என எல்லாவற்றிலும் இளமைக்குரிய துள்ளல் இருந்தது.

பூங்காவில் பாடல்கள் உச்சஸ்தாயியில் ஒலிக்கத் தொடங்கின. எங்கெங்கும் வண்ணமும், சிரிப்பும் விரவியிருந்தது. கூட்டம் தம்மை மறந்து ஆடிக்கொண்டிருந்தது. திடீரென்று லுங்கி டான்ஸ் லுங்கி டான்ஸ் என்ற பாடல் ஒலிக்க, கூட்டத்திலிருந்து ஓடி வந்த சந்தீப், வெங்கியை வாங்கண்ணே என்று ஆட அழைத்தான். வெங்கியும் பீர் பாட்டிலை கையில் பிடித்தபடி நடனம் ஆடுவதாக நினைத்துக்கொண்டு கைகளை மட்டும் அசைத்தார். ஜோசப்பிடமும் ஆடும்படி கோரினார். ஜோசப் வெறுமனே புன்னகைத்து தலையை மட்டும் இசைக்கேற்ப அசைத்தார். மேத்யூ உற்சாகமாகி சாப்பிட்டுக்கொண்டிருந்த தட்டை கீழே வைத்துவிட்டு ஆடத்தொடங்கினான். அவனை உற்றுப்பார்த்தபோது ஏதோ வார்த்தைகளை முணுமுணுப்பது தெரிந்தது. ஒலிபரப்பாகும் பாடலுக்கு சம்பந்தமில்லாமல் தன்னுடைய மொழியிலான ஒரு பாடலை அவன் முணுமுணுத்தபடி ஆடிக்கொண்டிருந்தான்.

மேத்யூவை நெருங்கி, என்ன பாடல் அது என்று கேட்டேன். ஆட்டத்தை நிறுத்தாமல் "லாக்கோவின் டோண்ட் கோ மை பேபி" என்றான். ப்ரெஞ்ச் பாடல் என்றாலும் ஆங்காங்கே ஆங்கில வரிகள்.

நீ என்னவள் ஆனதால்
நான் புனிதமானேன் பெண்ணே
என்னை விட்டு நீங்காதே!

என்ற வரிகளை தொடர்ந்து முணுமுணுத்தான்.

பியர் கிளாஸை நிரப்பிக் கொடுத்தேன். "தேங்க்யூ மை ப்ரெண்ட்" என்றான். காதலில் இருக்கிறாயா? என்று கேட்டேன். சட்டென்று கைபேசியை அழுத்தி, நீண்ட ஆற்றின் கரையில் நின்றிருந்த, அழகான ஆப்பிரிக்க பெண்ணை காட்டி "அய்லீன்", என்றான்.

படிய வாரிய சுருள் கூந்தல், பெரிய உதடுகளுடன், எந்த கள்ளமும் இல்லாத அய்லீனுடைய சிரிப்பு அத்தனை அழகாக இருந்தது. அய்லீன் நின்றிருந்த அந்த நதியின் கரையில் ஒரு மரம் இருந்தது. ஒரு மரத்தில் இத்தனை கிளைகள் இருக்க முடியுமா? உலகின் ஆதி தாய் தனது அத்தனை கைகளையும் கொண்டு இந்த பிரபஞ்சத்தை அணைத்துக்கொள்ள முயல்வதுபோல் அந்த மரம் தனது கிளைகளை விரித்திருந்தது. அந்த கைகளுக்குள் தஞ்சமடைந்தவள் போல் அய்லீன் நின்றிருந்தாள்.

“எங்களுடைய கேமரூன் நாட்டின் மிகப்பெரிய நதி, சனாகா” என்றான் மேத்யூ.

ஜோசப் தன்னுணர்வு வந்தவராக, வெங்கியிடம் கைக்கடிகாரத்தை காட்டி நேரமாகிறது என்றார். கையில் பிடித்திருந்த கிளாஸை கீழே வைப்பதுபோல் சென்று ஆடிக்கொண்டிருந்த மேத்யூவையும் முறைத்தார். உடனே பெட்டிப்பாம்பாய் மேத்யூவும் ஆட்டத்தை நிறுத்திக்கொண்டு ஜோசப் பக்கம் வந்து நின்றான். வெங்கி, என்னிடம் அருகிலிருக்கும் உணவகத்துக்கு சென்று பேசலாம் என்றார். நால்வரும் பூங்காவிலிருந்து வெளியே வந்தோம். வசந்தத்தின் வருகையை அறிவிக்க பூங்காவின் வாசலில் இருந்த சகுரா மரத்திலிருந்து வெள்ளையும் இளஞ்சிவப்பும் கலந்த பூக்கள் பூத்துக் குலுங்கின. சாலையில் சென்றுகொண்டிருந்த ஒரு டாக்ஸியை நிறுத்தி அருகிலிருக்கும் ஒரு இத்தாலிய உணவகத்துக்கு போகச் சொன்னேன்.

பூங்காவிலிருந்து எழுந்த ஓசையும், நிரம்பிருந்த கூட்டத்தையும் பார்த்து மிரண்ட டாக்ஸி டிரைவர், “இவ்வளவு இந்தியர்கள் கூடியிருக்கிறீர்களே, என்ன விழா?” என்று கேட்டார். வண்ணங்களை கொண்டாடும், ஒருவர் மீது ஒருவர் வண்ணங்களை பூசி மகிழும் பண்டிகை என்று அவருக்குப் புரியும்படி சொன்னேன். வண்ணங்களின் விழாவா? என்று தனக்குள் முணுமுணுத்து சிரித்துக்கொண்டே காரை

எடுத்தார். மாலை நேரமென்பதால் இத்தாலிய உணவகத்தில் அதிகம் கூட்டமில்லை. நான்கு பேர் அமரும் வகையில் ஒரு மூலையை தேர்ந்தெடுத்து அமர்ந்தோம். உட்காரப் போன வெங்கி குடித்திருந்த மதுவால் நிலை தடுமாறினார். ஆர்டர் எடுக்க வந்த ஜப்பானியனிடம் மீண்டும் குடிக்க பீர் கொண்டுவரச் சொன்னார். உடனடியாக நான்கு கிளாஸுகளில் நுரைபொங்க பீர் வந்தது. நால்வரும் நிதானமாகப் பருகினோம். இன்னமும் மேத்யூ அந்தப் பாடலை முணுமுணுத்துக்கொண்டிருப்பதை கவனித்தேன்.

வெங்கி, "நீங்கள் பேச விரும்பும் விஷயத்தை இங்கு தாராளமாக சொல்லலாம்." என்றார்.

சுற்றும் முற்றும் பார்த்தார் ஜோசப். பிறகு முகத்தில் கோபம் தெரிய "என்ன விளையாடுகிறீர்களா மிஸ்டர் வெங்கி?. நாங்கள் மிகப்பெரிய பிஸினஸ் பற்றி தனியே பேச விரும்புகிறோம். நீங்கள் வெட்டவெளி பூங்காவிற்கு அழைக்கிறீர்கள். பிறகு பொதுமக்கள் கூடியிருக்கும் உணவகத்தில் பேச சொல்கிறீர்கள். நீங்கள் ஒருவேளை இந்த விஷயத்தில் ஈடுபாடு இல்லாதவர்களாக இருந்தால் சொல்லிவிடுங்கள். எங்கள் நேரத்தை வீணடிக்காதீர்கள். இந்த விஷயத்தில் அதிக நேரம் எங்களுக்கு இல்லை", என்று கொதித்தார்.

வெங்கி, "என்னடா இது?" என்பது போல் என்னை பரிதாபமாக பார்த்தார். மேத்யூ, குடித்துக்கொண்டிருந்த பீர் கிளாஸை கீழே வைத்துவிட்டு, கையிலிருந்த கறுப்பு பிரீஃப்கேஷை கிளம்ப ஆயத்தமாவது போல் கையில் எடுத்துக்கொண்டான்.

ரகசியமாக பேசவேண்டுமென்ற ஜோசப்பின் கோரிக்கையில் சுவாரஸ்யமடைந்தேன். "ஏன் வெங்கி பேசாமல், அருகிலிருக்கும் வெஸ்டார்ன் விடுதியில் ஒரு ரூம் எடுத்துவிடுவோமே", என்று கேட்டேன். ஆம், அதுதான் சரியானது என்றார் ஜோசப். வெங்கியும் உடனே சரி என்றார். மறுபடியும் டாக்ஸி பிடித்து மூன்று கிலோமீட்டர் தொலைவில் நெடுஞ்சாலையில் தனியாக இருந்த அந்த விடுதிக்கு

வந்தோம். இம்மாதிரியான நெடுஞ்சாலை விடுதிகள் காதலர்களுக்கானது. நாங்கள் சென்றபோது, வரவேற்பறையில் ஒரு இளஞ்சோடி அறைக்கான படிவத்தை நிரப்பிக்கொண்டிருந்தனர்.

அறைக்குள் நுழைந்தவுடன், குளிர்சாதனப் பெட்டியிலிருந்து ஒரு அசாஹி பியர் டின்னை எடுத்து வந்து ஜோசப் அருகே வைத்தான் மேத்யூ.

அங்கிருந்த ஷோபாவில் நடுநாயகமாக அமர்ந்தார் ஜோசப். அவருடைய அனைத்து தோரணைகளிலும் "நான்தான் இங்கு பாஸ்" என்பதை சொல்லிக் கொண்டேயிருந்தார்.

சிறிய மௌனத்திற்குப் பின், "கேமரூன் நாட்டை கேள்விப்பட்டிருக்கிறீர்களா?" என்று கேட்டார் ஜோசப்.

வெங்கி என்னை பார்த்தார். "ஆம். மத்திய ஆப்பிரிக்க நாடு. முதலில் ஜெர்மனிய காலனியாகவும் பிறகு ப்ரெஞ்ச் காலனியாகவும் இருந்தது அல்லவா? ப்ரெஞ்ச் தானே தேசிய மொழி" என்றேன், பெருமையுடன்.

எந்த மாற்றமும் முகத்தில் காண்பிக்காமல், "ஆம். அதே கேமரூன் நாடு தான். கேமரூனில் இருநூறுக்கும் மேற்பட்ட உள்ளூர் மொழிகள் உண்டு", என்றார் ஜோசப்.

சில நொடிகள் கழித்து, "கேமரூனில், பல ஆண்டுகள் மந்திரியாக இருந்த மேபாங்கோ சென்ற வருடம் ஊழல் குற்றச்சாட்டில் சிறையில் அடைக்கப்பட்டார்" என்றார் ஜோசப்.

ஆப்பிரிக்க நாடுகளில் அவ்வப்போது இப்படி நிகழ்வது தானே?

மேபாங்கோ 38 மில்லியன் டாலர் ஊழல் செய்துவிட்டார் என்று 30 வருடம் சிறைத்தண்டனை வழங்கப்பட்டிருக்கிறது என்று சொன்னார் ஜோசப்.

"முப்பத்தெட்டு மில்லியன் டாலரா? கேமரூன் பொருளாதாரம் வீழ்ந்து கிடப்பதில் ஆச்சர்யமில்லை.

சரி, இந்த செய்திக்கும் நீங்கள் வெங்கியை தொடர்பு கொண்ட தற்கும் என்ன தொடர்பு ஜோசப்?"

"மேபாங்கோ என்னுடைய தாய் மாமன்", என்றார் ஜோசப். கையில் வைத்திருந்த பேப்பர் கட்டிங்கை எங்களிடம் நீட்டினான் மேத்யூ.

எங்களுடைய ஆச்சர்யத்தை பொருட்படுத்தாமல் தொடர்ந்து பேசினார் ஜோசப்.

மாட்டிக்கொண்ட 38 மில்லியன் டாலரில் பத்து மில்லியன் டாலர் பணத்தை ஜப்பானில் முதலீடு செய்ய விரும்புகிறார் என்னுடைய மாமா. சில வருடங்களில் அரசியல் சூழல் மாறும். பிறகு ஏதோ வகையில் அவர் சிறையிலிருந்து வந்துவிடுவார். அதுவரை பணம் பாதுகாப்பான முதலீடாக இருக்க வேண்டுமென்று விரும்புகிறார்.

ஜோசப், வெங்கியைப் பார்த்து பேசிக்கொண்டிருக்க, மெதுவாக கூகுளில் மேபாங்கோ என்று உள்ளிட்டு தேடினேன். ஆறு மாதம் முன்பு அவர் ஊழல் குற்றச்சாட்டில் கைது செய்யப்பட்டது, 38 மில்லியன் டாலர் ஊழல் எல்லாமே செய்திகளாக இருந்தன.

பத்து மில்லியன் டாலர், என்றால் ஏறக்குறைய 80 கோடி ரூபாய் என்று முணுமுணுத்தார் வெங்கி.

அந்தப் பணத்தை பாதுகாப்பான முதலீடாக நீங்கள் வைத்திருக்க முப்பது சதவீதம் உங்களுடைய பங்காக அளிக்கப்படும் என்றார் ஜோசப்.

ஏறக்குறைய 20 கோடி ரூபாய் என்று கணக்குப்போட்ட வெங்கி, நாங்கள் பெரிய ரிஸ்க் எடுக்கிறோம். முப்பது சதவீதம் பத்தாது. நாற்பது சதவீதமென்றால் பேசலாம், என்றார்.

இல்லை, முப்பது சதவீதமென்று தான் எங்களுக்கு உத்தரவு. ஆனால் உங்களுடைய கோரிக்கையை நான் மேலே சொல்லுவேன் என்றார் ஜோசப்.

என்னைப் பார்த்து பெருமையுடன் கண்ணடித்து

விட்டு, சரி... பணத்தை எப்போது கொண்டு வருவீர்கள்? என்று கேட்டார் வெங்கி.

பதில் சொல்லாமல் மேத்யூவை பார்த்தார் ஜோசப். மேத்யூ எழுந்து உடனே பாத்ரூம் உள்ளே சென்று எதையோ உருட்டினான். பிறகு அங்கிருந்த சிறு மக்கில் கொதி நீர் பிடித்து பவுடர் போல எதையோ அதில் கொட்டி கலக்கி எங்களிடம் கொண்டு வந்தான்.

தன்னிடமிருந்த கறுப்பு ப்ரிப்கேஸை திறந்து ஒரு காக்கி நிற உறையை வெளியே எடுத்தார் ஜோசப். கச்சிதமாக அதன் உறையை கிழித்தெடுத்தார். பிறகு நிதானமாக ஒரு கறுப்பு நிறத்தாளை உள்ளிருந்து இருவிரலால் உருவி எடுத்தார். மேத்யூ அந்த தாளை பயபக்தியுடன் வாங்கி அந்த பிளாஸ்டிக் மக்கில் இருந்த தண்ணீரில் விட்டான். கறுப்பு நிறம் லேசாக உரிந்து வந்தது. ஜோசப் தனது ஆட்காட்டி விரல் நகத்தால் மிக மென்மையாக அந்த தாளை சுரண்டினார். இப்போது கருப்பு நிறம் ஒரு ஓரத்தில் முழுவதுமாக உரிந்து கொஞ்சம் கொஞ்சமாக பச்சை வண்ணத்தில் பெஞ்சமின் ப்ராங்க்ளின் வெளிவந்தார். அமெரிக்கன் 100 டாலர் நோட்டு தண்ணீரில் ஊறி மேலே மிதந்தது.

வெங்கி திகிலில் அமர்ந்திருந்தார். இப்படித்தான் பத்து மில்லியன் டாலரையும் உள்ளே கொண்டு வருவீர்களா? என்று கேட்டார். ஸ்கேன்னரில் மாட்டிக்கொள்ளாதா? என்று அவரே கேட்டுக் கொண்டார்.

ஜோசப் எதுவும் பேசாமல் சிகரெட்டை பற்றவைத்தார். சரி, இப்போது நாங்கள் சொல்லும் பிஸினஸ் புரிகிறதா என்று கேட்டார். மேத்யூ பெருமையாக தனது பாஸை பார்த்துக் கொண்டிருந்தான்.

இப்படி எல்லா பணத்தையும் ஏற்கனவே கொண்டுவந்துவிட்டீர்களா? என்று கேட்டார் வெங்கி.

“இவர் என்ன சொல்கிறார் பார் மேத்யூ”, என்று பெரிதாக சிரித்தார் ஜோசப். உடனே மேத்யூவும் உத்தரவு கிடைத்தது போல் சேர்ந்து சிரிக்கத் தொடங்கினான். சட்டென்று ஜோசப் சிரிப்பை நிறுத்த மேத்யூவும் சிரிப்பை பாதியில் நிறுத்த எத்தனிக்க அவனுடைய முகம் கோணியது. “என்ன மிஸ்டர் வெங்கி விளையாடுகிறீர்களா? அவ்வளவு எளிதாக பணத்தை முழுவதுமாக கொண்டுவந்துவிட முடியுமா? அதற்குத்தான் நமது பார்ட்னர்ஷிப் தேவைப்படுகிறது”, என்றார்.

எங்கள் நாட்டில் ஒரு சில அதிகாரிகளை சரிக்கட்டவேண்டியிருந்தது. அதை நாங்கள் பார்த்துக்கொள்வோம். இங்குள்ள சிலரையும் சரி செய்தாகிவிட்டது. அதற்கு இங்குள்ள பணமாக ஒரு முப்பதாயிரம் டாலர் வரை தேவை. அதை நீங்கள் பொறுப்பேற்றுக்கொள்ளவேண்டும்.

இறுதியாக வந்துசேர்ந்துவிட்டார்கள் என்று பெருமூச்சும் சிரிப்பும் ஒருங்கே என்னுள் எழுந்தது. வெங்கி எதுவும் சொல்லிவிடுவதற்கு முன் முந்திக்கொள்ள வேண்டுமென்கிற அவசரத்தில், “முப்பதாயிரம் டாலர் எல்லாம் எங்களால் கொடுக்க முடியாது. பணத்தை கொண்டு வந்தீர்கள் என்றால், நாங்கள் முதலீடு செய்ய உதவுவோம். அதுவே நாங்கள் எடுக்கும் மிகப்பெரிய ரிஸ்க்”, என்றேன்.

வெங்கி மௌனமாக என்னைப் பார்த்தார்.

பத்து மில்லியன் டாலரில் நாற்பது சதவீகிதம் என்றால் எவ்வளவு என்று யோசித்தீர்களா? அதற்கு இந்த முப்பதாயிரம் டாலர் எல்லாம் ஒரு பொருட்டா? என்று கேட்டார் ஜோசப். யாரிடமும் கேட்காமல் பத்து சதவீதம் கமிஷனை அவர் உயர்த்தி இருந்தார்.

ஏமாற்றமும், வருத்தமும் கலந்த குரலில், “நீங்கள் பணத்தை கொண்டுவந்தால், அதை பாதுகாப்பாக முதலீடு செய்யத்தானே அந்த நாற்பது சதவீதம்”, என்றார் வெங்கி.

மேத்யூவை நிமிர்ந்து பார்த்தார் ஜோசப். மேத்யூ ப்ரிப்கேஸில் அந்த நூறு டாலர் நோட்டை பத்திரமாக எடுத்து வைத்தான். ப்ரிப்கேஸை மூடி கையில் எடுத்துக்கொண்டு கிளம்ப போவது போல் எழுந்து நின்றான்.

முப்பதாயிரம் டாலர் உடனடியாக தேவை இல்லை மிஸ்டர் வெங்கி. முதலில் ஒரு ஐயாயிரம் டாலர் இருந்தால் கூட சமாளித்துவிடலாம் என்றார் ஜோசப். அவர் கவனமாக என்னை தவிர்ப்பது புரிந்தது.

இல்லை, நாங்கள் பணம் எதுவும் தர முடியாது ஜோசப், என்றேன்.

சரி, அப்போது நாம் கிளம்பலாம் மேத்யூ என்றார் ஜோசப். அவருடைய குரல் தளர்ந்திருந்தது. கடன் கேட்க வந்தவர் போல் மாறியிருந்தார் ஜோசப். சட்டென்று அவரது உயரம் சின்னதானது போல் ஒரு குறுகல் தெரிந்தது. மேத்யூ, எதுவும் பேசாமல் நகர்ந்து கதவருகே சென்று நின்று கொண்டான்.

எங்களுக்கு வேறு பார்ட்னர்ஸ் இங்கு கிடைப்பார்கள், வெங்கி. நீங்கள் நல்ல வாய்ப்பை இழக்கிறீர்கள். இப்போதைய தேவை இரண்டாயிரம் டாலர் அளவுதான். பிறகு நாம் பேசிக்கொள்ளலாம். கண்களில் இன்னும் கொஞ்சம் மிச்சமிருந்த நம்பிக்கையுடன் வெங்கியை பார்த்தார் ஜோசப்.

“இல்லை, நாங்கள் பணம் எதுவும் தரமுடியாது, பணத்தை கொண்டுவந்தால் பாதுகாப்பாக முதலீடு செய்ய உதவுவோம்”, என்றார் வெங்கி.

ஜோசப்பை விட அதிக ஏமாற்றம் மேத்யூவின் முகத்தில் தெரிந்தது. “நல்லது, நாங்கள் இது பற்றி கலந்தாலோசித்து சொல்கிறோம்”, என்றார் ஜோசப். இருவரும் சோர்வாக வாசல் நோக்கி நடந்தார்கள். சனாகா நதியோரம் அந்த அழகிய மரத்தின் அடியில் சிறுமிக்குரிய சிரிப்புடன் நிற்கும் அய்லீன் ஞாபகத்தில் எழுந்தாள்.

சர்வம் சௌந்தர்யம்

அதிகாலை மூன்று மணிக்கு சான்பிரான்சிஸ்கோ-விலிருந்து, தோக்கியோ மார்க்கமாக சென்னை விமான நிலையம் வந்து சேரும் விமானம், தரையிறங்கிய அறிவிப்பை கேட்டு நிமிர்ந்து உட்கார்ந்தேன். அருகில் அமர்ந்திருந்த பெரியவர் “ப்ளைட் வந்துடுச்சி” என்று தன் பெண்ணிடம் சொன்னார். தூக்கக் கலக்கத்தில் அமர்ந்திருந்த அந்த ஜீன்ஸ் பெண் பரபரப்படைந்தாள். ஒரு வருடம் முன்பு சென்ற கணவனை காணும் ஆவல், அவள் முகத்தில் தெரிந்தது. அமெரிக்க குடியுரிமை பெற்று, கைக்குழந்தையுடன் வரப்போகும் பெண்ணை அழைத்துச்செல்ல, மற்றொரு குடும்பம் காத்திருந்தது. இவர்களை தவிர, விமான நிலையத்தில் கூட்டம் இல்லை. இப்படி அகால வேளையில், அமெரிக்காவிலிருந்து வருபவர்களை வரவேற்க, மிகநெருங்கிய சொந்தங்களை தவிர வேறு யாரும் வருவதில்லை.

விமான நிலைய பரிசோதனைகள் முடிந்து, கௌதம் வெளியே வர எப்படியும் ஒரு மணி நேரம் ஆகிவிடும். ஒரு காப்பி குடித்தால் தேவலாமென்று தோன்றியது. இத்தனை வருடங்களில், அவன் பலமுறை இந்தியா வந்துசென்றபோதெல்லாம் வரவேற்க வந்ததில்லை. இந்த முறை அப்படியல்ல. எல்லாம் முடிந்து ஒரேயடியாக வருகிறான். மனதுகேட்கவில்லை.

முக்கால் மணிநேரம் கழித்து, வெளியே வருபவர்களின் தலை தெரிந்ததும், கம்பி தடுப்பு அருகே போய் நின்றேன். பெரிய பெட்டிகள்

இரண்டை டிராலியில் வைத்து தள்ளிக்கொண்டு செக்யூரிட்டி செக் முடிந்து வெளியே வந்தான் கௌதம். வெளிர்நீல நிற சட்டையணிந்து, மேலே கரும்நீலத்தில் ப்ளேசர் அணிந்து இருந்தான். தங்க நிற ப்ரேம் போட்ட கண்ணாடிக்குள்ளே தீர்க்கமான கண்கள், கருப்பும் வெளுப்புமாய் கலந்திருந்த தலைமுடி கவர்ச்சியை கொடுத்தது. கிளம்பும்போது சவரம் செய்த முகத்தில், இப்போது பச்சை நிறத்தில் ரோமம் எட்டிப்பார்த்தது. வெளியில் நின்ற, என்னைப் பார்த்து சிரித்தபடி கையாட்டினான். கடைசியாக, கஸ்டம்ஸ் செக் அருகே

வந்து அங்கு நின்றிருந்த பெண்ணிடம் ஏதோ சொல்ல, அவள் முகத்தை கைகளால் மூடிக்கொண்டு சிரித்தாள்.

களைப்பை மீறி புன்னகைத்தான். "மச்சி, ரொம்ப நேரமா வெயிட் பண்ணுறியா?"

சிரித்தபடி அவனது லக்கேஜ் டிராலியைத் தள்ளினேன். "இருடா, ஒரு தம்மு போட்டுறேன்", என்றான். கார் பார்க்கிங் வந்து பெட்டிகளை காரில் வைத்தேன். இருவரும் சிகரெட்டை எடுத்துக்கொண்டு ஓரமாக நடந்தோம்.

கேஸ் செட்டில் ஆயிடுச்சா, கௌதம்?

"ஒரு வழியா முடிஞ்சுடுச்சுடா. அவுட் ஆப் த கோர்ட் செட்டில்மெண்ட். எல்லாத்தையும் பிடுங்கிட்டா. மிச்சம் மீதி இருந்ததை, எம்ப்ளையஸ், கிளையண்ட்ஸுக்கு செட்டில் செஞ்சிட்டேன். இப்போ போண்டி." சிரித்தான்.

தலையெழுத்தாடா உனக்கு? நம்ம செட்டிலேயே, உன் அளவுக்கு படிக்கிறவன் எவனுமில்லை. உன் அளவுக்கு மேலே போனவனும் யாருமில்லை.

கைகளை விரித்து, தோளை குலுக்கிக்கொண்டான் கௌதம். காரில் ஏறி, விமான நிலையம் விட்டு வெளியே வந்தோம்.

ஆர்த்தி, குழந்தைகள் எல்லாம் எப்படி இருக்காங்க கௌதம்?

ம்ம்.. இங்கே தான் ஆழ்வார்பேட் வீட்டுலே இருக்காங்க. குழந்தைகள் கூட பேசிட்டுதான் இருக்கேன்.

சென்னை, கொஞ்சம் கொஞ்சமாக விழித்துக் கொண்டிருந்தது. சைதாப்பேட்டை சிக்னல் அருகே டீக்கடை திறந்திருந்தது. “ஷெரட்டன்லே ரூம் போட்டு இருக்கேன், கௌதம், எத்தனை நாளைக்குன்னு சொல்லலை. நல்லா ரெஸ்ட் எடு” என்றேன். கவனமில்லாமல், சரி என்றான். அடையாறு பார்க் ஷெரெட்டனில் கௌதமை இறக்கிவிட்டு, வீட்டுக்கு காரை திருப்பினேன். மயிலாப்பூர் குளமருகே திரும்பும்போது மனம் வெறுமையாக இருந்தது. ஒரு சின்ன நகரத்திலிருந்து கிளம்பி, முப்பத்தைந்து வயதுக்குள் கௌதம், அடைந்த உயரம் மிகப்பெரிது. நாங்களெல்லாம் சேதாரமில்லாமல் இஞ்சினியரிங் முடிப்பதற்கே போராடியபோது, அவனுக்கு யுஎஸ்ஸில் எம்.எஸ் செய்வதற்கு இடம் கிடைத்தது. சொந்தமாக ஐடி நிறுவனம் நிறுவினான். பொருட்கள் உற்பத்தி செய்யும் நிறுவனங்களுக்கான, விநியோக சங்கிலி நிரலை உருவாக்கினான். மிகப்பெரிய பெயர் கிடைத்தது. அமெரிக்காவிலிருந்த சில கல்லூரி நண்பர்களையும் தனது நிறுவனத்தில் இணைத்துக்கொண்டு, அவர்களையும் மேலேற்றினான். கம்பெனி மேலே மேலே சென்று கொண்டிருந்தது. திடீரென்று, ஒரு நாள் எல்லாம் முடிந்துவிட்டது.

சித்திரகுளம் தாண்டி ஸ்ரீனிவாச பெருமாள் கோயில் அருகே சென்றபோது, நன்கு விடிந்திருந்தது. பெருமாள் கோயில் வாசலில் பூக்கடை வைத்திருக்கும் பெண், முந்தைய நாள் விற்காமல் வாடிப்போன மல்லிகைப்பூ மாலைகளை தெருமுனை குப்பைமேட்டில் கொட்டிக் கொண்டிருந்தாள். சட்டென்று, மல்லிகை மாலையுடன் நிற்கும்

பெருமாள் உருவம் மனதிலெழுந்தது. அப்புமுதலி தெருவில் நுழைந்து, காரை சாலை ஓரமாக நிறுத்திவிட்டு அபார்ட்மெண்ட் உள்ளே நுழைந்தேன். போர்ட் டிரஸ்டில் நைட்ஷிப்ட் பார்த்துவிட்டு சுந்தரமய்யர், வேட்டியை மடித்துக்கட்டி தலையில் பனிக்காக குல்லா அணிந்து உள்ளே நுழைந்தார். என்னை கண்டவுடன் "குட்மார்னிங்", என்றார். இரண்டாவது மாடியேறி பெல்லை அழுத்தினேன். இரண்டு பெல்லுக்கு அப்புறம் தூக்க கலக்கத்துடன் ராதிகா வந்து கதவை திறந்தாள். தூக்கம் கலைந்த எரிச்சலுடன், "அவரை போய் அழைக்கணும்ன்னு ரொம்ப முடை" என்றாள்.

ஒன்றும் பேசக்கூடாது என்று மனதில் நினைத்துக் கொண்டு உள்ளே நுழைந்து வேட்டியெடுத்து கட்டினேன். "கட்டின பொண்டாட்டியே அவன் கூட வாழமுடியாம வந்துட்டா. பொல்லாத ப்ரெண்ட் வரான்னு நைட் வுழுந்து ஓடுறே." என்றாள் மீண்டும்.

"வாயை மூடு", என்றேன் என்னை மீறி.

"வேலை பாக்குற செக்ரட்டரிக்கிட்டே வாலாட்டினா, அமெரிக்காவுலே சும்மா வுடுவாளா? உள்ளே புடிச்சி போடாம எப்படி தப்பிச்சாரோ" என்றாள் செய்தி தெரிந்து கொள்ளும் ஆர்வத்துடன்.

"உன் தம்பி திவாவுக்கு வேலை போட்டுக்கொடுக்கும்போது மட்டும் அவன் பொறுக்கின்னு தெரியாதா? சின்ன வயசுலே இருந்து அவன் எனக்கு ப்ரெண்ட். அவங்க அப்பா உதவலன்னா, நான் காலேஜ் பீஸ் கூட கட்டியிருக்க முடியாது. அவனும் எத்தனையோ பேருக்கு உதவியிருக்கான். யார் என்ன சொன்னாலும், அவனுக்கு நான் போகதான் செய்வேன்."

"திவா, எல்லா கம்பெனியிலேயும் வேலைக்கு தேடுன மாதிரிதான் அவரு கம்பெனிலேயும் தேடினான். இதோ இப்போ மைக்ரோசாப்ட்லே சேர்ந்துட்டான். உன் ப்ரெண்ட் மாதிரி

பொம்பளைகிட்டே விளையாடி போலிசுலே மாட்டலை'' என்றாள் சீற்றத்துடன்.

இனி, இது முடியாது என்று தோன்றியது. எது இவளை இவ்வளவு தூரம் கௌதமை வெறுக்க வைக்கிறது? உண்மையில் இது அவன் மீதான வெறுப்பு மட்டும்தானா? போய் கட்டிலில் விழுந்தேன்.

மாலை ஓட்டல் போனபோது, குளித்து முடித்து இரவு பார்த்ததை விட இளமையாக தெரிந்தான், கௌதம். இருவரும் ஹோட்டலிலிருந்த வெஸ்ட் மினிஸ்டர் பாருக்கு சென்றோம். மெனு கார்டை வாங்கி, "இரண்டு ப்ளு லேபிள்'' என்று சொன்னான் கௌதம். பாரில் அதிக கூட்டமில்லை. மூன்று இளைஞர்களுடன் வந்திருந்த இளம்பெண், ப்ளடிமேரி அருந்திக்கொண்டிருந்தாள். தலையில் ப்ரவுன் நிறமேற்றியிருந்த இளைஞன், மற்ற இருவரை விட நெருக்கமாக அந்தப் பெண்ணிடம் அமர்ந்திருந்தான்.

இரண்டு ரவுண்ட் போனதும், "என்னதான் ஆச்சுடா?'' என்று கேட்டேன்.

"எல்லாம் ம்யூச்சுவலா நடந்ததுதான் மச்சி. திடீர்னு எல்லாம் நடக்கலை. மூணு வருசமா எங்களுக்குள்ளே காண்டெக்ட் உண்டு. கரோலினாவும் நல்ல பொண்ணுதான். ஆனா, இதை பணமா மாத்தலாம்னு யோசிச்சிட்டா. அதுக்கு தோதா என்னோட மெசெஜ்ஸ், ஹோட்டல் ரெசிப்ட்ஸ் இப்படி எவிடென்ஸ் கலெக்ட் செஞ்சு, கேஸ் போட்டுட்டா. ஃபைட் செஞ்சோம். ஆனா ஒரு கட்டத்துலே, அவுட் ஆப் த கோர்ட் செட்டில் செய்றத தவிர வேற வழியில்லாம போயிடுச்சு. நியூஸ் பிளாஷ் ஆனாதால, வரவேண்டிய சில ஆர்டர்ஸ், கேன்சல் ஆச்சு. எம்ப்ளாயீஸ் சிலர், இந்த மாதிரி பாஸ்கிட்டே வேலைபார்க்க பிடிக்கலைன்னு ரிசைன் செஞ்சுட்டாங்க'' கசப்பாக சிரித்தான் கௌதம்.

"இதெல்லாம் ஏற்கனவே ஆர்த்திக்கு தெரியுமா? அதுனாலதான் டைவர்ஸா?''

“இல்லை. அது வேற. அஞ்சு வருசம் முன்னாடி ஆர்த்தியோட க்ளோஸ் ப்ரெண்ட் ரீனா கூட, எனக்கிருந்த காண்டெக்ட் வெளியே தெரிஞ்சுடுச்சு. மத்த விஷயங்களை விட, இந்த ரீனா மேட்டர், ஆர்த்தியை ரொம்ப டிஸ்டர்ப் செஞ்சுடுச்சி. ரீனாவோட புருசன் ராகுல், ஒரு பார்ட்டிலே என்னை தனியே கூட்டிபோய் செருப்பால அடிச்சிட்டான். அது ப்ரெண்ட்ஸ் மத்திலே பரவி அவளுக்கு அசிங்கமாயிடுச்சி.”

“என்னடா இது?” என்றேன், என்னையும் மீறி.

“ஒரு டைம்லே எனக்கு ஆறு பெண்களோட தொடர்பு இருந்துச்சுடா. இத எப்புடி நான் சொன்னாலும் சரியா சொல்லமுடியாதுன்னுதான் நெனைக்குறேன். நான் திட்டம்போட்டு எதையும் செய்யலை. எந்த பொண்ணையும் என்னால ரெசிஸ்ட் செய்யமுடியலை. என்னை மீறி, நான் அவங்ககிட்டே விழுந்துறேன். காலேஜ் டேஸ்லேருந்து, இதுதான் நடக்குது. என்னை இதெல்லாம் கீழ இழுக்குதுன்னு தெரியுது. குடும்பத்தை, குழந்தைகளை லூஸ் பண்ணிட்டேன். இப்படி ஒரு உமனைசரை அப்பான்னு சொல்லிக்க, இனிமே நிவி விரும்பபோறதில்லை. ஆனா, இப்போ இதோ, இங்கே உட்கார்ந்து இருக்குற அந்த பொண்ணோட டிரஸ்ஸிங் சென்ஸ் அவ்வளோ நல்லா இருக்கு. அவளோட தெத்துபல் சிரிப்பு மனசை இழுக்குது. இதையெல்லாம் கொண்டாட தோணுது. மனுசனுக்கு இதெல்லாம் இல்லாம வேற என்னதான் இருக்கு இந்த உலகத்துலே? இப்படியில்லாம, வேறு எப்படியும் என்னால இருக்க முடியும்ன்னு தோணலைடா” என்றான் கௌதம். கண்கள் கலங்கியிருந்தன. கைகள் நடுங்கின.

“விடுடா. மனசை குழப்பிக்காதே”, என்றேன்.

அடுத்த நாள் காலை போன் செய்தான் கௌதம். “இந்த வாரம் சனி, ஞாயிறு ஊருக்கு போய்ட்டு

வரலாம்ன்னு இருக்கேன். அப்பா போனப்புறம், வீட்டை போய் பார்க்கலை. நீயும் வர்றியா?" என்றான்.

சனியன்று காலை, என்னுடைய காரிலேயே மன்னார்குடிக்கு பயணமானோம்.

கௌதமின் வீடு தெற்கு வீதியிலிருந்தது. பழைய மெட்ராஸ் ஒட்டு கட்டிடம். சிறிய வயதில் அங்கு விளையாடிய நினைவுகள் எழுந்தன. ஒரே பையன் என்பதால் கௌதம் அமெரிக்கா சென்றபின் பராமரிக்க ஆளில்லாது வீடு சிதிலமடைந்திருந்தது. முன்பே, கௌதம் போனில் தகவல் சொல்லியிருந்ததால், வயல்களை பார்த்துக்கொள்ளும் கணக்குப்பிள்ளை சீனிவாசன் ஆட்களை வைத்து முடிந்தவரை சுத்தம் செய்திருந்தார். இருப்பினும் வௌவ்வால் வீச்சம் அடித்தது. லாட்ஜில் தங்கிக்கொள்கிறோம் என்று சொல்லிவிட்டான், கௌதம். சீனிவாசனும் கூட வந்து அறையில் பெட்டிகளை இறக்கினார்.

ஏற்கனவே அவருக்கு டைவர்ஸ் விவரம் தெரிந்திருந்தது. "ஒருவாரம் தங்கி எல்லா கோயிலுக்கும் போயிட்டு வந்துடுவோம் தம்பி, இதெல்லாம் தெய்வகுத்தம்தான்" என்றார். "அதெல்லாம் வேணாங்க", என்றான் கௌதம். "சரி, இங்கே மூவாநல்லூர் ரோட்டிலே புதுசா ஒரு சித்தர் அம்மா வந்துருக்காங்க. அவங்களை பார்க்கலாமா?", என்றார் சீனிவாசன்.

"புதுசாவா? எங்கேயிருந்து வந்துருக்காங்க?" என்று கேட்டேன்.

"யாருக்கு தெரியும் தம்பி? சித்தன்போக்கு சிவன் போக்கு. மணச்சநல்லூர் பக்கமிருந்து, லாரிலே கொண்டு வந்து இங்க இறக்கிவுட்டுட்டு போனதா சொல்லுறாங்க. கொஞ்ச நாள் பஸ் ஸ்டாண்டு பக்கம் அலைஞ்சுட்டு இருந்தாங்க. சாரங்கன் ஸ்டோர்ஸ் நல்லகண்ணு, என்னமோ பட்டு, ஒரு கொட்டாயை போட்டு, அதிலே இருத்திபுட்டாரு. அதிலே இருந்து

அங்கே தான் இருக்காங்க. இப்போ விவரம் தெரிஞ்சு கூட்டம் வந்து கும்பிட்டு போவுது'' என்றார், சீனிவாசன்.

தெப்பகுளம் வடக்கு கரையைத் தாண்டி, கும்பகோணம் செல்லும் சாலையில் சென்று உடனே இடது பக்கம் மூவாநல்லூர் செல்லும் வழியில் இறங்கியது, கார். சுடுகாடு முதலில் வந்தது. அதையும் தாண்டி இரண்டு கிலோமீட்டர் சென்றவுடன், அந்த குடிசை தெரிந்தது. நடுவில் மண்சுவர் மேலே கீற்று கொட்டகை இருந்தது. வெளியில் மூங்கில் படல் அமைத்து தடுத்திருந்தார்கள். சிறிய தோட்டம் போல் இருந்தது. படலுக்கு வெளியில் ஒரு கார் நின்றது. ஒரு இளம்தம்பதியினர் வீட்டுக்கு வெளியே நின்றிருந்தனர். சீனிவாசன் எங்களுக்கு முன்பு சென்றார். கதவருகே நின்றிருந்த இளைஞனிடம் எங்களை காட்டி ஏதோ சொன்னார். உருத்திராட்ச மாலையணிந்திருந்த அந்த இளைஞன் எங்களை வெளியில் காத்திருக்கச் சொல்வது தெரிந்தது. சீனிவாசன் எங்களிடம் வந்து ''நாம வந்தது எப்படியும் அம்மாவுக்கு தெரிஞ்சுடும். நமக்கு கொடுப்பினை இருந்தா, கூப்பிடுவாங்கன்னு சொல்றாரு'' என்றார்.

அந்த தம்பதியினரை காட்டி, ''இவங்க மூணு நாளா அலையுறாங்களாம். கூப்பிடவே இல்லை.'' என்றார் சீனிவாசன்.

வெளியில் கிடந்த பெஞ்சில் மூவரும் அமர்ந்தோம். பெஞ்சு ஒருபக்கமாக நொடித்தது. கௌதம் அசௌகரியமாக புன்னகைத்தான். ''இதெல்லாம் நம்ம திருப்திக்குதானே?'' என்றான்.

''அப்படியில்லை தம்பி. உங்க தாத்தா காலத்துலே இருந்து எனக்கு வெவரம் தெரியும். கோயில் குளம்ன்னு உங்க குடும்பம் செஞ்சது கொஞ்சம் நஞ்சமில்லை. உங்கய்யாவுக்கு ரண்டு தாரம். மொத தாரம் ஆறுமாசத்துலேயே இறந்துபோக, அவங்க தங்கச்சியை கட்டிகிட்டாரு. உங்கம்மாவும் சின்ன வயசுலேயே போய் சேர்ந்துட்டாங்க. என்னமோ

பெண் சாபம் மாதிரி, உங்க வீட்டுலே பொண்ணுங்க தங்கலை, தம்பி.'' என்றார் சீனிவாசன்.

கௌதமின் அம்மாவை, அவனது வீட்டில் கறுப்பு வெள்ளை புகைப்படமாக பார்த்திருக்கிறேன். அவர் இரண்டாம் தாரம் என்பது சீனிவாசன் சொல்லிதான் தெரிந்தது. கௌதம் அக்கறையில்லாமல் அவர் பேசுவதை பார்த்தான். சீனிவாசன் தொடர்ந்தார்.

“உங்க வகையறாவே சென்னை, ஃபாரின்னு போய் செட்டிலாகிட்டீங்க. குடும்ப வீட்டை விட்டுட்டீங்க. குலதெய்வம் இருக்குற வீடில்லையா? வருசம் ஒருக்காவாச்சும் பூசை போடணுமில்லே. என்னவாச்சும் பரிகாரம் சொல்லுவாங்க இந்தம்மா''

அந்த இளம் தம்பதியினருக்கு, என்ன பிரச்சினை இருக்கக்கூடுமென்று தோன்றியது. அந்த கணவன் ஜீன்ஸ் டிசர்ட் அணிந்திருந்தான். கையில் கலர்கலராக கயிறுகள் கட்டியிருந்தான். அவன் மனைவி தலை குளித்து முடிந்திருந்தாள். கன்னங்கரலேன்ற சுருள் முடியில் நுனியில் நீர் சொட்டியது. பெரிய அழகான கண்களில் ஏதோ தவிப்பு. “இன்னைகாச்சும் கூப்பிடுவாங்களா'', என்று வேட்டிமீது சிவப்பு துண்டு கட்டியிருந்த அந்த இளைஞனிடம் கேட்டுக்கொண்டிருந்தாள். நான் அவர்களை பார்ப்பதை சீனிவாசனும் பார்த்தார். “காரு சென்னை நம்பரு கவனிச்சீங்களா? இந்தம்மா இங்கே வந்து ஆறு மாசம்தான் ஆகுது. அதுக்குள்ளே வெளியூர்லே இருந்தெல்லாம் வராங்க. உள்ளூர் பயலுக நக்கல் நையாண்டி செய்வாங்கே'', என்றார்.

கௌதம், அந்தப் பெண்ணை பார்த்துக் கொண்டிருந்தான். என்னை அறியாமல் புன்னகைத்தேன். அரை மணி நேரம் கழிந்ததும் சலிப்பு தோன்றியது. எதற்கு இவனை கூப்பிட்டுக் கொண்டு அலைந்து கொண்டிருக்கிறோமென்று கேள்வி வந்தது. கௌதம் நான் யோசிப்பதை புரிந்து கொண்டு, “வெளியே போய் ஒரு தம் போடலாமா?'', என்றான். சிறிது நேரம் கழித்து, திடீரென்று ஒரு வயதான பெண் குரல் கணிரென்று எழுந்தது.

“அந்த வல்லாரஓழியை உள்ள வர சொல்லு”, என்றது.

யாரை சொல்கிறார் என்று தெரியாமல் இளைஞன் வெளியில் வந்து முழித்தான். திரும்பவும் கணீரென்று “கூறுகெட்டவனை உள்ள வர சொல்லுடா”, என்றது. இப்போது அவன் தயக்கமில்லாமல் எங்களை பார்த்தான். நானும், கௌதமும் அவசரமாக எழுந்து கதவில் தொங்கிக் கொண்டிருந்த துணியை விலக்கிக் கொண்டு உள்ளே நுழைந்தோம். நுழைந்தவுடன், சாணிப்போட்டு மொழுகியிருந்த தரையின் ஓரத்தில் அந்தம்மா அமர்ந்திருந்தார். பார்த்தவுடன் ஏமாற்றமாக இருந்தது, சாயமிழந்து கந்தலாகிப் போன ஒரு புடவையை கட்டியிருந்தார். தலையெல்லாம் பரட்டையாகி சிக்கெடுத்து கிடந்தது. உள்ளே புகைந்து கொண்டிருந்த மட்ட ரகமான ஒரு ஊதுபத்தியை தவிர ஆன்மிகத்துக்கான எந்த விஷயமும் அந்த கூடத்தில் இல்லை. ஒரு பிச்சியை சாமியாராக்கிவிட்டனரோ என்ற கேள்வியுடன் உள்ளே நின்றிருந்தோம். அந்தம்மா உட்காரும்படி கையை காட்டினார். இருவரும் மௌனமாக அவரெதிரே அமர்ந்தோம். சீனிவாசன் உள்ளே வரவில்லை. இளைஞன் உள்ளேவிடவில்லை. அவன் வெளியில்போய் நின்று கொண்டிருந்தான். வலதுபக்க சுவரில் அரைபாகத்துக்கு தட்டிவைத்து அடைத்திருந்தனர். அதன் வழியே வெயில் உள்ளே வந்தது. கும்பிடுவதா, வேண்டாமா என்கிற தயக்கத்துடன் கௌதம் கைகளை கோர்த்திருந்தான்.

அந்தம்மா கண்களை மூடி ஒருபக்கமாக சிரித்தார். திடீரென்று கண்களை திறந்து கௌதமை உற்றுப்பார்த்தாள். அந்தப் பார்வையில் கௌதம் உறைந்திருந்தான். சட்டென்று இருகைகளாலும் புடவையை தூக்கி, தன்னுடைய யோனியை காட்டினாள். கௌதம் கண்களில் கண்ணீர் வழிய, அம்மா, அம்மா என அரற்றியபடி அந்தம்மாவின் கால்களில் விழுந்திருந்தான். “எந்திரிடா, போ..போ.. போய் பொழப்பை பாரு” என்றார் அம்மா.

அழகிய சாளரங்களையுடைய வீடு

டோக்கியோவை விட்டு வெகுதூரம் வந்திருந்தோம். நர்மதா, சாலையின் இருபக்கமும் இருந்த தனித்த வீடுகளை பார்த்தபடி அமர்ந்திருந்தாள். நகரத்தின் இடநெருக்கடி இல்லை என்பதால், வீடுகள் முன்புறம் அழகான தோட்டத்தையும் கொண்டிருந்தன. ஊதா நிறப் பூக்கள் சரம்சரமாக பூத்துக் குலுங்கிய விஸ்டேரியா மரம் முன்புறம் இருந்த வீடு கனவுகளை சுமந்து நின்றிருந்தது. "ஒருவேளை எமிக்கோவை நாம் சந்திக்காமலேயே இருந்திருந்தால், நமக்கும் இப்படி ஒரு சொந்த வீடு டோக்கியோவில் இருந்திருக்கும் இல்லையா?", என்று கேட்டாள் நர்மதா. கேட்டு முடித்தவுடன் சூழ்ந்த மௌனத்தில் எமிக்கோவின் நினைவில் இருவரும் ஆழ்ந்தோம்.

பத்து வருடங்களுக்கு முன்பு, வீடு வாங்க வேண்டுமென்கிற முனைப்பை நர்மதாதான் ஏற்படுத்தினாள். அப்போது டோக்கியோ நகர நிர்வாகத்துக்குச் சொந்தமான அடுக்கு மாடிக் குடியிருப்பில் ஆறு வருடங்களை கழித்திருந்தோம்.

ஒரு ஞாயிறு மதியம், கசாய் ரயில் நிலையத்தின் அருகிலிருந்த வீடுகளை விற்கும் ரியல் எஸ்டேட் நிறுவனத்துக்கு சென்றோம். வாசலில் நின்று கொண்டிருந்த, சூட் அணிந்த நடுத்தர வயது ஜப்பானியர் எங்களை வரவேற்று உள்ளே அழைத்துச் சென்றார். மூன்று நாற்காலிகள் போடப்பட்ட சிறிய தடுப்புகளின் உள்ளே பலர் கணவன் மனைவியாக அமர்ந்து, வீடுகளின் விவரப்பட்டியலில் தங்களுடைய

கனவு இல்லத்தை தேடிக்கொண்டிருந்தனர். குழந்தைகள் விளையாட, ஒரு மூலையில் பிளாஸ்டிக் சறுக்கு இருந்தது. பல வண்ணங்களில் பந்துகள் அங்கே கொட்டியிருந்தன. பிங்க் நிற கவுன் அணிந்த ஒரு பெண் குழந்தை, சறுக்கில் ஏறி நின்று தனது தாயையும் விளையாட அழைத்தது.

முதலில், எனக்கு வீடு வாங்க தகுதியிருக்கிறதா, குடியுரிமை நிலை, ஆண்டு சம்பளம் போன்றவற்றை கேட்டறிந்த பின்னர், எங்களையும் அது போன்ற ஒரு தடுப்புக்குள் அமர வைத்தார் தக்கிசாவா என்ற அந்த ஜப்பானியர். "ஏற்கனவே பல இந்தியர்களுக்கு வீடுகளை விற்பனை செய்திருக்கிறது எங்களது நிறுவனம். உடனடியாக சில வீடுகள் சந்தையில் இருக்கின்றன. பார்க்கிறீர்களா?" என்று கேட்டார் தக்கிசாவா. ஒரு டோயோட்டா வேனில் எங்களை கசாயிலிருந்து ஒரு கிலோமீட்டர் தூரத்திலிருந்த அந்த புதிய வீட்டுக்கு கூட்டிச் சென்றார். எங்களுக்கு முன்பே ஒரு ஜப்பானிய கணவன் மனைவி அந்த வீட்டை சுற்றிப்பார்த்துக்கொண்டிருந்தார்கள்.

புதிதாகக் கட்டப்பட்ட, மர வாசனை நிரம்பியிருந்த அந்த வீட்டின் மேல்கூரை, கைகளை தூக்கினால் தொட்டுவிடக்கூடிய தூரத்தில் தாழ்வாக இருந்தது. நான் கைகளை தூக்கி எக்கியபடி நின்றிருந்தபோதுதான் முதன்முதலாக எமிக்கோவை பார்த்தேன். எமிக்கோ, கரும்பச்சை நிறத்தில் பூக்கள் வரைந்திருந்த மெலிதான கவுன் அணிந்திருந்தாள். நீண்ட ஒற்றை ஆடையான அந்த கவுன் இடுப்பு பகுதியில் மட்டும் எலாஸ்டிக் வைத்து இறுக்கப்பட்டிருந்தது மெல்லிய உடலைக்கொண்ட அவளுக்கு பொருத்தமாக இருந்தது. சருகைப் போல் மெலிதான அந்த கவுன் காற்றில் படபடத்தது. தலைமேல் பச்சை வண்ணத்தில் கவுனுக்கு பொருத்தமான தொப்பி அணிந்திருந்தாள். பிங்க் நிற சாயம் பூசியிருந்த உதடுகள் ரகசியம் பேசுவது போல் குவிந்திருந்தன. அருகில் அவளது கணவன் காக்கி நிறத்தில் கார்கோ பேண்டும்

டிஷர்ட்டுமாய், கைகளில் குழந்தையை ஏந்தி நின்றிருந்தான். மேற்கூரை தாழ்வாக இருப்பது பற்றி தானும் அப்போதுதான் கணவனிடம் புகார் சொன்னதாக கூறினாள் எமிக்கோ. வீடு எங்களுக்கு பிடிக்கவில்லை என்பதை உணர்ந்த தக்கிசாவா எங்களை ஒன்றாக வேனில் அழைத்துக்கொண்டு அலுவலகம் திரும்பினார்.

அந்த வேனில் நர்மதாவின் அருகில் எமிக்கோ அமர்ந்தாள். பரஸ்பர அறிமுகத்திற்குப் பின் எங்களைப் பார்த்து, "வீடுகளுக்கு ஆன்மா உண்டு", என்றாள் எமிக்கோ. சற்று நேர மௌனத்திற்க்கு பின் "எனவேதான் இந்த நீண்ட தேடல். எங்களுக்கான வீட்டை தேர்ந்தெடுக்க ஏழு வருடங்களாக தேடி வருகிறோம். ஒரு வீடு அங்கு குடியிருந்தவர்களின் சுகதுக்கங்களை சுமந்து நிற்கிறது. ஒவ்வொரு நாளும் அவர்களுடைய கனவுகளை, ஆசைகளை, நிராசைகளை அந்த வீட்டின் ஒவ்வொரு துகளும் அறிந்திருக்கிறது. எனவே வீட்டினை தேர்ந்தெடுப்பது என்பது நமக்கான இணையைத் தேர்வு செய்வதுபோலதான். ஒருவேளை நமக்கான இணை அமையாமல் கூட போகலாம். ஆனால் தேடலை கைவிடக்கூடாது", என்றாள்.

அதை ஆமோதிப்பது போல், புன்முறுவலுடன் அமர்ந்திருந்தான் அவளுடைய இணையான தனகா. அவனுடைய இடது தோளில் ஒரு வயது குழந்தை அயாகா தூங்கிக்கொண்டிருந்தாள். அவளை அவ்வப்போது தனது வலதுகையால் தடவிக் கொடுத்தான் தனகா.

சொந்த வீடு கனவோடு, வீடுகளைப் பார்க்கத் தொடங்கியிருந்த நானும், நர்மதாவும் திகைத்துப் போயிருந்தோம். ஏழு வருடமாக ஒருவர் வீடு தேடியும் கிடைக்கவில்லை என்பதே அயர்ச்சியை தந்தது. இதுவரை நான்கு வாரம் மட்டுமே செலவழித்திருந்தோம் நாங்கள்.

"நாங்கள் எளிமையான ஒரு வீட்டைதான் உத்தேசித்துள்ளோம்", ஏறக்குறைய முனகினாள், நர்மதா.

"நல்லது. எளிமையான வீட்டை கண்டெடுப்பதுதான் உண்மையிலே கடினமானது. துன்பத்தில் உழலும் மனிதர்களை, நாள்தோறும் காண்கிறேன். அவர்கள் தேர்ந்தெடுத்திருக்கும் வீடுகளை ஒருவேளை நான் காண நேரிட்டால் அதற்கான காரணங்களை என்னால் கூறிவிட முடியும். நீங்கள் வீடு பார்க்கையில், அந்த இடத்தில் இதற்கு முன்பு ஏதேனும் துர்சம்பவங்கள் நிகழ்ந்துள்ளதா, என்பது பற்றிய தகவல்களை அறியத்தரும் இணையதளத்தைப் பற்றி அறிந்துள்ளீர்களா?", என்று கேட்டாள் எமி,

வெளிறிப்போன முகத்துடன் நர்மதா, "அப்படி ஒரு தளம் இருக்கிறதா?", என்று கேட்டாள்.

ஆம், கடந்த பத்தாண்டுகளில் ஏதேனும் தற்கொலைகள், கொலைகள், விபத்துகள் அந்த வீட்டில் நிகழ்ந்திருந்தால் இந்த தளத்தின் மூலம் நீங்கள் அறியலாம். சில தளங்களில், முப்பதாண்டுகள் வரைக்கும் கூட நீங்கள் பின்னோக்கிச் சென்று அதன் வரலாற்றை அறியலாம், என்றாள் எமி.

"இதையெல்லாம் நாம் அறியவேயில்லையே", என்றாள் நர்மதா.

"வரலாற்றில் மரணங்கள் சம்பவிக்காத இடமொன்று உண்டா? இதையெல்லாம் குழப்பிக் கொள்ளாதே கண்ணே", என்று முணுமுணுத்தேன்.

"அப்படியல்ல. மனிதர்கள் பிறக்கும்போது தூய்மையானவர்களாக இருக்கிறார்கள். கொஞ்சம் கொஞ்சமாக அவர்கள் இங்கிருக்கும் தீமைகளால் மாசுபடுகிறார்கள். மரணம் என்பது முற்றிலும் அசுத்தமடைதல் என்று எங்களுடைய சிந்தோ மதம் சொல்கிறது.", என்றாள் எமிக்கோ.

"முதன்முதலாக மதங்களைப் பற்றி பேசும் ஒரு ஜப்பானியரை பார்க்கிறேன்", என்றேன்.

மெலிதாக புன்னகைத்தாள். "ஆம், எல்லாவற்றிலும் நாங்கள் நம்பிக்கையை கைவிட்டோம். எனவே, அவைகளும் எங்களை கைவிட்டன" என்றாள் எமிக்கோ,

அதுவரை பேசாமல் வண்டி ஓட்டிக்கொண்டிருந்த தக்கிசாவா, "உண்மையில் அதுபோன்ற துர்சம்பவங்கள் ஏதேனும் வீடுகளில் நிகழ்ந்திருந்தால், நாங்களே சொல்லிவிடுவோம். அப்படி மறைத்து வீடுகளை விற்பது ஜப்பானிய சட்டப்படி குற்றம். ஆனால், அதெல்லாம் பழைய வீடுகளுக்குத்தான் பொருந்தும். நீங்கள் பார்ப்பது புத்தம் புதிய வீடுகள். நீங்கள்தான் முதல் உரிமையாளர். எனவே குழப்பிக்கொள்ள வேண்டியதில்லை", என்றார்.

"வீடுகள்தானே புதிது? அது இருக்கும் நிலம் பழையதுதானே? அதற்கு முன்பும் அங்கு வீடுகள் இருந்திருக்கும்தானே", என்றாள் எமிக்கோ. சிறிய நக்கல் சிரிப்புடன் திரும்பி பார்த்த தக்கிசாவா, எங்களைப் பார்த்து மறுப்பதுபோல் தலையசைத்தார். எமிக்கோவை பார்ப்பதை தவிர்த்தார் அவர்.

அலுவலகம் வந்ததும், மற்ற வீடுகளை அடுத்த வாரம் வந்து பார்க்கிறோமென்று சொல்லி வெளியே வந்தோம். எங்களுடன் எமிக்கோவும் அவளது கணவனும் வந்தார்கள். ஒரே சமயத்தில் எமிக்கோவை தவிர்க்கவும், அவளுடன் மேலும் கொஞ்சம் பேசவும் தோன்றியது. நர்மதாவும் அப்படியே உணர்கிறாள் என்பதை அவளது தயக்கம் உணர்த்தியது. அருகிலிருந்த, ஸ்டார்பக்ஸுக்கு காபி சாப்பிட அழைத்ததும் ஒத்துக்கொண்டாள் எமிக்கோ.

நர்மதாவுக்கும் எனக்கும் கப்புசினோ ஆர்டர் செய்தேன். தனகா, கறுப்பு காபியும் ஒரு தேங்காய் பிஸ்கெட்டும் வாங்கினான். நர்மதாவும், எமிக்கோவும் ஷோபாவில் அமர்ந்திருந்தனர். காபியை எமிக்கோவிடம் கொடுத்துவிட்டு பிஸ்கெட்டை அவள் பக்கம் நகர்த்தினான் தனகா. பிஸ்கெட்டை ஒரு குழந்தை

போன்ற மகிழ்ச்சியுடன் எடுத்துக்கொண்ட எமிக்கோ, காதல் கலந்த புன்னகையுடன் தனகாவை பார்த்தாள்.

“ஏழு வருடங்களாக வீடு தேடுகிறீர்கள் என்பதே ஆச்சர்யமாக உள்ளது”, என்றாள் நர்மதா.

“வீடு என்பது என்றென்றைக்குமானது அல்லவா? அதனால், காலம் ஒரு பிரச்சினை இல்லை. நாங்கள் ஏராளமான வீடுகளை இதுவரை பார்த்துள்ளோம். அப்படிதான் அற்புதமான சுமிதா ஆற்றின் ஓரம் அமைந்துள்ள கோத்தோகு நகரில் ஒரு வீட்டை பார்த்தோம். அந்த இடத்தின் அருகே தான் மட்சு பாஷோ அமர்ந்து, சுமிதா ஆற்றை பற்றிய தனது ஹைக்கூ கவிதையை எழுதியிருந்தார். அங்கு அவருக்கு அழகான ஒரு சிலையுமிருக்கிறது. அந்த வீடு என் கனவில் எழுந்தது போலவே இருந்தது. இரண்டு தளங்களை கொண்ட அந்த மரவீட்டின் உள்ளே சூரிய ஒளியின் மெலிதான வெளிச்சம் ஒரு போர்வை போல் எந்த நேரமும் படர்ந்திருந்தது. மேல் தளத்திலிருந்து பார்க்கையில் பளிங்கு போல் சுமிதா நதி ஓடிக்கொண்டிருந்தாள். அந்த பால்கனியில் அமர்ந்து தேநீர் தயாரிக்கும் காட்சி இப்போதும் கனவில் எழுகிறது. ஆற்றின் ஓரத்தில் எழும் பாசியின் நறுமணம் இப்போதும் நாசியில் மீதமிருக்கிறது. நாங்கள் பார்த்தபோது அந்த ஆற்றில் போரா மீன் ஒன்று மூன்று அடி உயரத்திற்கு துள்ளியபடி கடந்து சென்றுகொண்டிருந்தது. அந்த வீடு எங்களுக்கானது என்று முடிவே எடுத்துவிட்டோம்”

“பிறகு, எதனால் அந்த வீட்டை கைவிட்டீர்கள்?” என்று கேட்டேன்.

“அத்தனை அழகான அந்த வீட்டின் உள்ளே நுழைந்த பின், என்னுடைய இரு மார்பகங்களும் கனத்துப்போயிருப்பதை உணர்ந்தேன். தாய்மையின் ஏக்கம் என்னுடைய மனதில் தளும்பி நிரம்பியது. அந்த வீட்டினுள் உள்ள ஒவ்வொரு அறையிலும் ஒரு பச்சை குழந்தையின் வாய் வாசத்தை உணர்ந்தேன்.

என்னை மீறி என் மார்புகள் பால் சுரந்து நின்றிருப்பதை கண்டேன். என் மனம், குழந்தைகளை அங்கு ஒவ்வொரு மூலையிலும் கண்டது. கூடவே ஏக்கத்தின் கண்ணீர்த் துளி என் கண்ணோரம் துளிர்த்து நின்றது. பல ஆண்டுகளாக தாய்மை அடையவே முடியாத ஒரு பெண்ணின் நிராசையை அந்த வீடு கொண்டிருந்தது. எனவே அந்த வீட்டை கைவிட்டோம்,'' என்றாள் எமி.

“டோக்கியோவில் உள்ள தொன்மையான நகரமான அசாகுசா அருகே ஒரு வீட்டினை பார்த்தோம். அந்த வீட்டின் வாசலிலிருந்தே அசாகுசா கோவிலை பார்க்க முடிந்தது. மூன்று தெய்வங்களின் கோவிலான சாஞ்சோ சமா கோவிலை உங்களுக்கு தெரியுமா?''

“மிக பழமையான சிந்தோ கோவில் அல்லவா அது?''

“ஆம், அந்த கோவிலின் எதிரில்தான் நாங்கள் பார்த்த மரவீடு அமைந்திருந்தது. அந்த வீட்டின் வாசலில் மூங்கில் மரங்கள் இருந்தன. தோரி என்னும் தோரணவாயிலை கடந்து கோவிலுக்கு செல்லும் வழி நடுவே விரிந்திருக்க, இருபக்கமும் விரிந்திருந்த மைதானம், கூழாங்கற்கள் நிரம்பியிருந்தது. வீட்டை வெறித்து பார்த்தபடி கோவிலின் இருபக்கமும் கோமாஇனு எனும் காவல் சிங்கங்களின் சிலைகள் இருந்தன.''

“ஒரு சிங்கம் சமஸ்கிருதத்தின் முதல் எழுத்தான “அ'' வை உச்சரித்தபடி வாயை திறந்து நின்றிருந்தது. மற்றொரு சிங்கம் “ஓம்'' என சமஸ்கிருத மொழியின் இறுதி எழுத்தை உச்சரித்தபடி வாயை மூடி மோனத்தில் ஆழந்திருந்தது. வாழ்வின் ஆரம்பத்தையும், முடிவையும் அந்த இணை சிங்கங்கள் சுட்டியபடி காலாதீதத்தை கடந்து என்றென்றுமாய் அங்கு நின்றிருந்தன. அணில்கள் அங்கிருந்த மூங்கில் மரங்களில் ஓடி விளையாடின. மூங்கிலின் வாசம் நிறைந்திருந்த அந்த வீட்டின் வாயிலில் என்னை மறந்து நின்றிருந்தேன்.''

சற்று இடைவெளி விட்டாள் எமி.

அந்த வீட்டினுள் நுழைந்தபோது, மாலை நேரத்து இளவெயில் கண்ணாடி சாளரம் வழியே உள்ளே வழிந்து கொண்டிருந்தது. அந்த மஞ்சள் நிறத்து வெயில் என்னை நிறைத்தது. உடலின் கொதிப்பை நான் உணர்ந்தேன். கைகள் இரண்டும் தளர்வடைந்து, கால்கள் பின்னின. என் மூச்சுக்காற்றின் சூட்டில், உதடுகள் வெளிறின. நான் காமத்தால் தகித்தேன். தனகாவின் கைவிரல்களை என்னுடைய கைகளில் பொதித்துக்கொண்டேன். அவனுடைய நெஞ்சு கதகதப்பை உள்ளூர

உணர்ந்தேன். அவனுடைய தோள்களில் துவண்டிருந்தேன். ஒவ்வொரு அறையிலும், இரு உடல்கள் பின்னிப் பிணைந்திருக்கும் நிழல்களை கண்டேன். அன்று இரவு வீடு திரும்பியதும், பொங்கி வழியும் காமத்தில் நாங்கள் உறவு கொண்டோம். அந்த இரவு இன்னும், இன்னும் என நீண்டு கொண்டிருப்பதை கண்டு திடுக்கிட்டோம்.

அந்த வீடு அமைந்த இடம் பற்றி இணையதளத்தில் ஆராய்ந்தேன். அந்த வீடு அமைந்த நிலத்தில், பல ஆண்டுகளுக்கு முன் வாழ்ந்த கெய்ஷா பற்றி தெரிய வந்தது. அசாகுசாவின் புகழ்பெற்ற கெய்ஷா அந்த வீட்டில் வாழ்ந்திருந்தாள். இரவும்,பகலும் ஆண்கள் காமம் நிரம்பிய விழிகளுடன் அவளை தேடி வந்துகொண்டேயிருந்தனர். அவளுடன் தங்கி, இன்னும் அதிக காமத்துக்கான விதைகளை சுமந்து அவர்கள் வீடு திரும்பினர். முற்றிலும் அணைக்கப்படாத காமம் ஒரு பெருந்தீயென அங்கு கனன்று கொண்டிருப்பதை நான் உணர்ந்தேன். அந்த தீயின் நடுவில் வாழ முடியாதென்று, அந்த வீட்டை கைவிட்டோம்", என்றாள் எமிக்கோ.

பெருமழையென எமிக்கோ பேசிக்கொண்டே போனாள். சமயங்களில், அவள் தனக்குத்தானே பேசிக்கொள்வது போல் இருந்தது. நாங்கள் அங்கிருப்பது ஒரு நிமித்தம் மட்டுமே. எமிக்கோ

அப்படி தொடர்ந்து பேசிக்கொண்டிருக்க, அவளது கணவன் தனகாவோ, கோவில் வாசலில் "ஓம்" என வாயை மூடி மௌனத்தில் ஆழ்ந்திருக்கும் இணை சிங்கத்தைப் போல் அமர்ந்திருந்தான்.

நர்மதாவும் நானும் கப்புசினோவை பருகியிருந்தோம். விடைபெறும் வேளையில், தொலைபேசி எண்களை பகிர்ந்து கொண்டோம். வீடு வந்து சேர்ந்த பின்னரும் எமிக்கோ பேசியவை மண்டைக்குள் ஓடிக்கொண்டிருந்தது.

அடுத்த நாள் அலுவலகத்தில், உணவு இடைவேளையின்போது, பழகியதிலேயே அனுபவம் வாய்ந்தவர் என்று நான் கருதிய உச்சிதாவிடம், வீடு வாங்கும் திட்டத்தில் இருப்பதையும், எமிக்கோவை சந்தித்ததையும் சொன்னேன். உச்சிதா சிரித்தார். "பழைய வீடாக இருக்கும்பட்சத்தில், முன்பு அங்கு ஏதும் துர்சம்பவங்கள் நிகழ்ந்திருக்கிறதா என்று பார்ப்பவர்கள் இருக்கிறார்கள்தான். ஆனால், வீடிருக்கும் நிலத்தின் வரலாறு பற்றி எல்லாம் யோசிப்பவர்கள், கொஞ்சம் மண்டை குழம்பிய ஆட்களாகத்தான் இருப்பார்கள். நீ, அந்த எமிக்கோவை சந்திப்பதை தவிர்த்துவிடுவதுதான் நல்லது" என்றார்.

கொஞ்சம் தெளிவடைந்தது போல் இருந்தது. நர்மதாவிடம் இதை கூறியபோது, "நீ இன்னமுமா எமிக்கோவை நினைவில் வைத்திருக்கிறாய்? அவள் கூறுவது எல்லாம் நம்புவது போலவா இருக்கிறது?" என்றாள்.

அந்த வார இறுதியிலும், நாங்கள் நான்கு வீடுகளை பார்த்தோம். அரகவா ஆற்றின் அருகே இருந்த வீடு எங்களுடைய தேடுதலுக்கு ஏற்றது என்று தோன்றியது. இருப்பினும், இரண்டாவது முறை பார்க்கவேண்டுமென்று தோன்றியதால், அடுத்த வாரமும் அங்கு சென்றோம். இரண்டு தளங்கள் கொண்ட அந்த வீட்டின் வாசல் நல்ல விசாலமானதாக இருந்தது. கீழ் தளத்திலிருந்த இரண்டு அறைகளிலும் அரகவா நதியை பார்க்கும் வகையில் மிகப்பெரிய

கண்ணாடி சாளரங்கள் இருந்தன. மேல்தளத்தில் ஐலேண்ட் கிச்சன், நல்ல உயரத்தில் அமைக்கப்பட்ட கூரை, எப்போதும் வெளிச்சம் வரும் வகையில் இருபக்கமும் சாளரங்கள் என்று எல்லாமே நர்மதாவின் ஆசைப்படியே அமைந்திருந்தது. இரண்டு கார் பார்க்கிங் இருந்தது கூடுதல் வசதி என்று எனக்கு தோன்றியது. மேல்தளத்திலிருந்து பார்த்தபோது ஆற்றின் மேலே அமைக்கப்பட்ட பாலத்தில் கார்கள் விரைவது தெரிந்தது.

“செரி, கீழ போவலாம்”, என்றாள் நர்மதா.

படிக்கட்டில் இறங்கும்போது, “எல்லாமே நீ நெனைச்ச மாதிரி அமைஞ்சிருக்குலே” என்றேன்.

பேசாமல் வந்தாள் நர்மதா. காரில் திரும்புகையில், “என்னமோ எனக்கு இந்த வீடு அவ்வளவா புடிக்கலை” என்றாள்.

அவள் கூறிய நொடியிலிருந்து, சட்டென்று எனக்கும் அந்த வீட்டின் மீது எங்கிருந்தோ ஒரு ஒவ்வாமை எழுந்தது.

“ஆமா, ரிவர் ரொம்ப பக்கமா இருக்குலே? அது கொஞ்சம் ரிஸ்க் தான்”, என்றேன்.

“ரோடு, எல்லாம் குறுகல்தான்பா” என்றாள் நர்மதா.

அந்த வீட்டை நிராகரிக்க காரணங்களை நாங்கள் தேடித்தேடி கண்டெடுத்தோம். அவையெல்லாம் உண்மையானது அல்ல என்று இருவருமே உள்ளூர அறிந்திருந்தோம். பிறகும் பல வாரங்கள் தொடர்ந்து வீடுகளை தேடிச்சென்று, பார்த்தோம். தொடர்ந்து அந்த வீடுகளை நிராகரிக்க காரணங்கள் எழுந்தபடியே இருந்தன. ரியல் எஸ்டேட் தரகர்கள், எங்கள் மீது நம்பிக்கை இழந்திருந்தனர். வார இறுதிகளில் அவர்களை தேடிச்சென்று, புதியதாக வீடுகள் ஏதேனும் வந்திருக்கிறதா? என்று கேட்டால், “இல்லை. வந்தால் கால் செய்கிறோம்”, என்றார்கள்.

வீடு தேடுதலை கைவிட்டு, நகர அடுக்கு மாடி குடியிருப்பிலேயே தங்கிவிட்டோம். நான்கு

வருடங்கள் கடந்து ஒரு நாள் சுனாமாச்சி ரயில் நிலையம் அருகே இருந்த புத்தகக்கடையில் எமிக்கோவின் கணவனை சந்தித்தேன். என்னை அடையாளம் தெரியாமல், புத்தகங்களை புரட்டிக் கொண்டிருந்தவனை கடந்து சென்றிருக்கலாம். ஆனால் அருகில் சென்று "என்னை தெரிகிறதா தனகா சான்?" என்றேன். அதே புன்முறுவலுடன் கண்களை சுருக்கி யோசித்தான்.

சில வருடங்கள் முன்பு நாம் ஒன்றாக வீடு தேடிக்கொண்டிருந்தோம். அப்போது கசாய் நிறுவனத்தில் சந்தித்திருக்கிறோம்.

"ஆம், ஞாபகமிருக்கிறது. நன்றாக இருக்கிறீர்களா?"

அவனை பார்த்த நொடியிலிருந்து, உள்ளே குடைந்து கொண்டிருந்த அந்த கேள்வியை கேட்டேன். "நீங்கள் வீடு வாங்கிவிட்டீர்களா?"

"ஒரு வருடத்துக்கு முன், சுமிதா ஆற்றின் கரையோரம் ஒரு தனிவீடு வாங்கினோம்", என்றான் தனகா.

ஏனோ, கொஞ்சம் ஏமாற்றமாக இருந்தது. "ஓ, மிகவும் மகிழ்ச்சி. எமிக்கோ சானிடம் எங்களுடைய வாழ்த்துகளை சொல்லுங்கள்"

"இல்லை. எமிக்கோவும், நானும் ஆறு மாதங்களுக்கு முன்பு பிரிந்துவிட்டோம்" என்றான் தனகா.

வஸ்திராபகரணம்

ரயில் புறப்பட இன்னும் சில நிமிடங்கள் இருந்தன. வார விடுமுறைக்கு ஊருக்கு வந்து, சென்னைக்கு திரும்பும் இளைஞர்கள் சிலர், பிளாட்பார்மில் இருந்த சிமெண்ட் பெஞ்சில் அமர்ந்து செல்போனை பார்த்துக்கொண்டிருந்தனர். மிளகாய்ப்பொடி தூவி கொண்டு வந்திருந்த இட்லி பொட்டலத்தை பிரித்து ஒரு நடுத்தர வயது பெண், தனது கணவனிடம் கொடுத்தார். அதிலிருந்து மிளகாய் காரத்துடன் கலந்த நல்லெண்ணெய் வாடை வீசியது. பின்புறம் நிற்கும் மூன்றாம் வகுப்பு பெட்டியில் ஏற ஒரு வயதான அம்மா வேகமாக நடக்க முயன்று, மூச்சு வாங்கினார். அவருக்கு சிறிது தூரம் முன்பு சென்ற அந்தம்மாவின் கணவர், அவ்வப்போது நின்று, பின்பக்கம் திரும்பி "வேகமா வாங்குறேன்.. ஆடி அசைஞ்சு வந்தா வண்டி போயிடும்" என்று மேலும் அந்தம்மாவை பதட்டத்துக்குள்ளாக்கினார்.

நான் ஏறவேண்டிய முதல் வகுப்பு பெட்டியை, புங்கை மரத்தடியில் நின்றுகொண்டு, ஜன்னல் வழியே பார்த்தேன். நான்கு பேருக்கான அந்த ஏஸி கோச்சில், எதிர்பக்கம் இருவர் அமர்ந்திருப்பது தெரிந்தது. உள்ளே நுழைந்து, ரயிலில் படிக்கலாமென்று கொண்டு வந்திருந்த புத்தகத்தை எடுத்து மேலே வைத்துவிட்டு, பையை எனது இருக்கைக்கு கீழே தள்ளி விட்டேன். எதிர் படுக்கையில் அமர்ந்திருந்த கதர் சட்டை பெரியவர், தலையில் முண்டாசு போல் கட்டியிருந்த சிவப்பு ஸ்கார்பை சரிசெய்து கொண்டிருந்தார். கருப்பு கலர்

சுடிதார் அணிந்த பெண், வெளியில் ஒட்டியிருந்த முதல் வகுப்பு பெயர் பட்டியலை மறுபடியும் படித்து உறுதி செய்துகொண்டு வந்தமர்ந்து "இந்த ஸீட் தான் தாத்தா", என்றாள். பெரியவர், அந்தப் பெண்ணை நிமிர்ந்து பார்த்து, தலையசைத்துக் கொண்டார்.

அந்த பெண் அழகான கரும்பச்சை வண்ணத்தில் சுடிதார் அணிந்திருந்தாள். கைகளில் மட்டும் சிவப்பு நிறத்தில் பட்டு பார்டர். மாநிற மெல்லிய தேகம். அழகாக கத்தரித்திருந்த முடி கற்றையாக முகத்தில் விழும்படி எடுத்துவிட்டிருந்தாள். கண்களில் புத்திசாலித்தனம் தெரிந்தது. ஏர்பேக்கிலிருந்து பிளாஸ்க் எடுத்து வெந்நீர் ஊற்றி தாத்தாவுக்கு கொடுத்தாள். அவர் பாதி குடித்துவிட்டு கொடுத்தார். ரயில் மெதுவாக நகர ஆரம்பித்தது. பெரியவர் அப்போதுதான் என்னை பார்த்தார்.

"வணக்கம். நா ராமச்சந்திரன். கேள்விப் பட்டிருப்பீங்களே, ராமச்சந்திரா மெடிக்கல்ஸ். ஒரு காலத்துலே தஞ்சாவூரு ஜில்லா முழுக்க விளம்பரம் செய்வோமே, ராமச்சந்திரா மெடிக்கல்ஸ், ராமச்சந்திரா டெக்ஸ்டைல்ஸ், அதோட ஓனரு. தம்பிக்கு இந்த ஊருங்களா?", என்றார்.

அவர் "வணக்கம்" என்று சொன்னபோது நாடக பாணியில் இரு கைகளையும் குவித்து கும்பிட்டு சொன்னது சுவாரஸ்யமாக இருந்தது.

ஆமா சார். இந்த ஊருதான்.

எங்க வீடு?

தாத்தா என்னிடம் பேசுவதை, அவர் பேத்தி ரசிக்கவில்லை என்று தோன்றியது. அவள் சங்கடமாக புன்னகைத்தாள்.

கீழவீதிலேதான் வீடு. நான் சென்னைலே இருக்கேன். எப்பவாது ஊருக்கு வருவேன்.

கீழவீதியா? அடடே, என்னோட பால்ய சினேகிதன் சந்தானம் அங்கதான் இருந்தான். சின்னபுள்ளேலே

அவங்க வூட்டுக்கு அடிக்கடி வருவேன். அந்த தெருவுலேயே பெரிய வூடு.

ஆச்சர்யமானது. அப்பாவின் நண்பரா இவர்?

சந்தானகிருஷ்ணன் பையன்தான் சார் நான். அப்பாவோட ப்ரெண்டா நீங்க.. ரொம்ப ஆச்சர்யமா இருக்கு. இப்போ செத்த முன்னாடி என்னை ஏத்திவுட வந்தாரே, அப்பா..

சன்னலுக்கு வெளியே பார்த்தேன். ரயில் வண்டி புறப்பட ஹாரன் அடித்ததால், அப்பா அப்போதே கிளம்பிவிட்டார். கொஞ்ச நேரம் முன்பு இவரை பார்த்திருந்தால், அப்பா மகிழ்ந்திருப்பாரே என்று தோன்றியது. அப்பாவின் பழைய நண்பர்கள் பலரும் மறைந்துவிட்டனர். உயிருடன் இருக்கும் ஓரிருவரும் உள்ளூரில் இல்லை. சிறு வயதில் அப்பாவை சந்திக்க தினமும் வரும் நண்பர்கள் இருந்தனர். மாலை ஆறு மணி ஆகிவிட்டால் ஒவ்வொருவராக வந்து சேர்வார்கள். திண்ணையில் அமர்ந்து மாலை தினசரிகளை வாசிப்பார்கள். அந்த சிறிய ஊரில் தினமும் பேசுவதற்கு இவ்வளவு விஷயங்கள் எப்படி நடக்குமென்று தோன்றுமளவுக்கு அவர்கள் ஒன்பது மணிவரை பேசிக்கொண்டிருப்பார்கள். எட்டுமணிக்கு மேல் வாசற்படி பக்கம் போனால், உள்ளே போகும்படி அப்பா அதட்டுவார். திண்ணையில் மெலிதான மதுவாசம், வெற்றிலை புகையிலை நெடியுடன் வீசும். கொஞ்சம் கொஞ்சமாக அதெல்லாம் நின்றது. சமீப நாட்களில் அப்பா தளர்ந்துவிட்டாரென்று தோன்றியது. தானே கார் ஓட்டுவது எல்லாம் நின்று வருடங்களாகி விட்டன.

சந்தானம் புள்ளையா நீங்க? சந்தானத்தை பார்த்து எவ்வளோ நாளாச்சி! எப்படி இருக்காரு? அவருக்கென்ன, ராஜா வீட்டு கண்ணுக்குட்டிலே. நாங்க எல்லாம் நேஷனல் ஸ்கூல்லே ஒண்ணாதான் படிச்சோம். உங்கப்பா, துரைகண்ணு செருமடார் எல்லாம் ஒரு செட்டு. இண்டர்வெல்லே போய் புகை ஊதிட்டு வரும். என்னையும் கூப்பிடுவாரு..

நான் என்ன நூறு வேலி பண்ணையா? கருத்தா படிச்சாதான், எங்கம்மாவுக்கு கூழ் ஊத்த முடியும் நீங்க போய்ட்டு வாங்கய்யான்னுடுவேன்...

பெரியவரை உற்றுப் பார்த்தேன். அப்பா செட்டு என்றால் எண்பதுக்கு மேல் வயதாகியிருக்க வேண்டும். அப்பாவை விட இவர் அதிகம் தளர்ந்துவிட்டாரென்று தோன்றியது. சராசரியைவிட உயரமானவர். மார்பு வரைக்கும் வெள்ளை தாடி இருந்தது. குங்குமப் பொட்டு வைத்திருந்தார். கன்னங்கள் பழுத்த பரங்கிப்பழம் போல் உப்பி சிவந்திருந்தன. ஒவ்வொரு முறையும் பேசும்போது மட்டும் நிமிர்ந்து, உடனே கூன் போட்டு அமர்ந்துகொண்டார். நிமிரும்போது கழுத்தில் தங்கப்பூண் போட்ட உத்திராட்சம் தெரிந்தது. கண்களில் மட்டும் கம்பீரம் மீதமிருந்தது.

வெள்ளை கலர் பேண்டும், கருநீல கோட்டும் அணிந்து, ஒரு எக்ஸாம் பேடு கையில் வைத்தபடி உள்ளே நுழைந்தார் டிடிஆர். ஆதார் கார்டை நீட்டினேன். தலையாட்டியபடி திருப்பி தந்தார். அடுத்ததாக பெரியவரின் கார்டை வாங்கி பார்த்தார். "ராமச்சந்திரன், 84" என்று படித்தார். பெரியவர், பேத்தியை காண்பித்து, "என் பேத்தி ரம்யா. எம்.பி.பி.எஸ், எம்.டி", என்றார். "இதெல்லாம் இப்போ கேட்டாங்களா, தாத்தா?", என்றாள் ரம்யா.

"இருக்கட்டும்மா, அய்யா வயசுக்கெல்லாம் நாம எப்படி இருப்போமோ. ஆசிர்வாதம் பண்ணுங்கய்யா" என்று பெரியவரின் காலில் குனிந்தார் டிடிஆர்.

டிடிஆர் நகர்ந்ததும், படுக்கையை சரி செய்யத் தொடங்கினாள் ரம்யா. பெரியவர் நிமிர்ந்து அப்போதுதான் என்னை புதிதாக பார்ப்பது போல் பார்த்தார்.

"வணக்கம், நான் ராமசந்திரன். கேள்விப் பட்டிருப்பீங்களே ராமச்சந்திரா மெடிக்கல்ஸ், ராமச்சந்திரா டெக்ஸ்டைல்ஸ். அதோட ஓனரு. தம்பிக்கு இந்த ஊரா?", என்றார்.

"அய்யா, இப்போதானே பேசினோம்..", என்று தயங்கினேன்.

அவர் தொடர்ந்தார். "கோயில் உற்சவத்துக்கு வந்தேன். புன்னை வாகனம் நம்ம மண்டகபடி. வஸ்திராபகரணம்.. கோபாலன், குளிக்கிற கோபியரு துணியெல்லாம் எடுத்துட்டு மரத்திலே ஏறிடுவாரே.. அந்த அலங்காரம். கிருஷ்ணன் எடுக்குற அந்த துணியெல்லாம், அந்த காலத்துலே நம்ம கடைலேருந்து தான் போவும். தம்பிக்கு இந்த ஊருங்களா?" என்று திரும்பவும் கேட்டார்.

"அய்யோ தாத்தா, இப்போதான் அவர் எல்லாம் சொன்னார். நீங்க மறந்துட்டிங்க.", என்றாள் ரம்யா. "சாரி, தாத்தாவுக்கு டிமென்சியா. இப்போ பேசறதெல்லாம் உடனே மறந்துடும். பழசெல்லாம் நல்லா ஞாபகம் இருக்கும். ஆனா பிரசண்ட்லே நடக்குறது மட்டும் ஞாபகத்தில் நிக்குறதில்லை" என்றாள் ரம்யா.

"பரவாயில்லை" என்று புன்னகைத்தேன்.

பெரியவர் அலட்டிக்கொள்ளாமல், ரம்யாவை காட்டி, "இது என் பொண்ணு வயத்து பேத்தி. எம்.பி.பி.எஸ், எம்.டி. வர்ற தை மாசம் கல்யாணம். பையனும் டாக்டரு தான். கூட படிக்கிற பையனையே கட்டிக்கிறேனுச்சு. பொண்ணும் சரின்னுட்டா." என்றார். கண்களில் என்னைப் பற்றிய கேள்வி இன்னும் இருந்தது.

ரொம்ப சந்தோஷம் சார். நான் இந்த ஊருதான். உங்க ப்ரெண்டு சந்தானம் பையன்தான் நான்.

"அடடா, சந்தானம் புள்ளையா நீங்க?" அதே ஆச்சர்யத்துடன் அவரது கண்கள் விரிந்தது.

"அப்பாவை பார்த்து எவ்வளோ நாள் ஆச்சு. எப்படி இருக்காரு? அவருக்கென்ன, பெரிய மிராசுதாரு. நாங்க எல்லாம் ஒண்ணா படிச்சோம். அவரு ஜாலி குரூப். பண்ணைலே.. நா அப்படியா? எங்கப்பா,

தென்கொண்டார் வூட்டுலே ஓட.. ஒடியாற.. இருந்தாரு. நாங்க ஆறு புள்ளைங்க.. நாளு கிழமைன்னு ஒரு நல்ல டிரஸ்ஸ போட்டுருப்போமா? தீபாவளி அன்னைக்கு அம்மா இட்லி சுடும். அதுக்காக காத்துட்டு இருப்போம். சொந்தகாரங்க விசேசம்ன்னா, செய்முறை செய்ய முடியாது. எங்கப்பா யாராரு வூட்டு கல்யாணத்துலேயோ பந்தி பரிமாறுவாரு, தேங்காய் பை போடுவாரு. சாப்பாடு போட்டு, கைசெலவுக்கு காசு கொடுத்தா போதுமேன்னு, வெறும் கல்யாண பத்திரிக்கையை மட்டும் அனுப்பிவைச்சுடுவாங்க. உடனே பையை தூக்கிட்டு கௌம்பிடுவாரு. இதெல்லாம் பொழப்பாய்யான்னு இருக்கும். என்னைக்காவது சொந்தகாரனுக முன்னாடி, நாமளும் ஒரு மனுசனா நிக்கணுன்னுலே உழைச்சேன். கொஞ்சம் கொஞ்சமா மேலே வந்தேன். கடைத்தெருலே சீட்டு புடிச்சி, சின்னதா மெடிக்கல்ஸ் வச்சு, அப்புறம் பெருசாகி அதே கடைத்தெருவுலே டெக்ஸ்டைல்ஸ் மூணு மாடிக்கு தொறந்தேன்.

பெரியவர் பேச பேச, பிரமிப்பாக இருந்தது. சிறு வயதில் ராமச்சந்திரா டெக்ஸ்டைல்ஸ் என்கிற பெரிய போர்டை கடந்து செல்லும் ஞாபகம் மெலிதாக இருந்தது. கோவிலிலிருந்து நீண்டிருக்கும் பெரியகடைத்தெருவில் திறக்கப்படும் எல்லா வியாபாரமும், நீண்ட காலம் நீடிக்க ஆசைப்படுபவையே. ஆனால் முதல் மூன்று வருடங்களுக்குள் காணாமல் போகும் கடைகளே அதிகம். உழைப்பின்மையோ, திறமையின்மையோ தான் அதற்கு காரணமென்று கூறிவிட முடியாது. இவையெல்லாம் தாண்டி கண்ணுக்குத் தெரியாத காரணங்கள் இருக்கத்தான் செய்கின்றன. நகரத்தின் ஆன்மாவோடு ஏதோ ஒரு சூட்சுமப் புள்ளியில் இணையும் வியாபாரியே அங்கு ஜெயிக்கிறார். அப்படி ஜெயித்தவர் இவர். இன்றைக்கு நிறைய ஜவுளிக் கடைகள் அடுக்குமாடி கட்டிடங்களில் வந்துவிட்டன. ஆனால் முப்பது வருடங்களுக்கு

முன்னால் அப்படி மூன்று மாடிகள் கொண்ட ஜவுளிக்கடை ராமச்சந்திரா டெக்ஸ்டைல்ஸ் மட்டும் தான். அந்த கடையின் வெளியியே நிற்கும் வெள்ளைவெளேர் பெண் பொம்மை அணிந்திருக்கும் சிவப்பு கலர் பட்டுப்புடவையை இப்போது கூட நினைவில் எழுப்பமுடிகிறது. பேருந்தில் வெளியூர்களுக்கு செல்கையில், வயல் வெளியில் தன்னந்தனியே நிற்கும் போர்செட்டு சுவற்றில் எல்லாம் "ராமச்சந்திரா டெக்ஸ்டைல்ஸ் - தரம் என்றும் நிரந்தரம்" என்கிற விளம்பரம் எழுதி இருக்கும். பிறகு என்ன ஆனது? அவ்வளவு பிரபலமான அந்த கடை சட்டென்று எப்படி கண்ணில் படாமல் மறைய முடியும்? அந்த கடை பற்றிய எந்த நினைவும் ஏன் இத்தனை வருடங்களாக இல்லாமல் போனது? கடையென்றால் அது வெறும் தொழிலா? அதற்குப் பின்னிருந்த மனிதர்கள், அந்த வாழ்க்கை எல்லாம் கனவென மறைய முடியுமா? இப்படி இந்த நகரம் உண்டு செரித்த மனிதர்கள், கடைகள், மாடமாளிகைகள் தான் எத்தனை!.

ரம்யா அவளது கைப்பையிலிருந்து மாத்திரைகளை எடுத்துப் பிரித்து வைத்தாள். வேறொரு பிளாஸ்க்கிலிருந்து சூடான பாலை எவர்சில்வர் டம்ளரில் ஊற்றி, தாத்தாவின் கையில் கொடுத்தாள். அவர் நிதானமாக குடித்தார். அவர் குடிக்கும்வரை அருகில் நின்றவள், கர்சீப்பால் அவரது தாடியை துடைத்தாள். அதுவரை கல்லூரி முடித்து வந்த இளம்பெண்ணாக இருந்தவள், கண்ணெதிரே தாயாகி இருந்தாள்.

பெரியவர் பேச மறந்து, தூங்குவதற்காக தலையணையை எடுத்து சரி பார்த்துக்கொண்டிருந்தார். ரம்யா அவருக்கு மேலிருந்த படுக்கையில் ஏறி அமர்ந்து கைப்பேசியை பார்த்துக்கொண்டிருந்தாள். பிறகு என்னவானது என்பதை தெரிந்துகொள்ள வேண்டுமென்று ஆர்வமாக இருந்தது. ரயில் சீரான ஓட்டத்தில் தஞ்சையை தாண்டியிருந்தது. அப்பாவுக்கு போன்செய்து இவரை சந்தித்ததை சொன்னால்

மகிழ்வார். அவரிடமே கேட்கலாமென்று தோன்றியது. சிறிய வயதில் அப்பாவுடன் எந்த நெருக்கமும் இருந்ததில்லை. எது வேண்டுமென்றாலும் அது அம்மா வழியாகவே நிகழும். உண்மையில் அவர் தனது நண்பர்களுடன் இருக்கும்போது மட்டுமே சிரித்துப்பேசுவார். வீட்டுக்குள் வந்ததும் ஒரு இறுக்கத்தை சூடிக்கொள்வார். இப்போது யோசிக்கையில், அவரிடமிருக்கும் எந்த தவறான பழக்கமும் எனக்கு தொற்றிவிடக்கூடாது என்பதில் பதட்டமாக இருந்தாரென்று தோன்றுகிறது. வயது ஏறஏற அப்பா வேறு ஒருவராக மாறினார். சென்னையிலிருந்து இரவுகளில் அழைத்தால், பேச விரும்புபவராக, பழைய கதைகளை பேசினார். உண்மையில் அப்பாவுடனான நெருக்கம் என்பது என்னுடைய நாற்பது வயதுக்கு மேலேயே சாத்தியப்பட்டது. அவரை அழைக்கலாமென்று தொலைபேசியை பார்த்தபோது மணி பதினொன்றை தாண்டியிருந்தது. இந்நேரம் அவர் தூங்கியிருக்கக் கூடும்.

“அய்யா, நான் கீழவீதி சந்தானத்தோட பையன். உங்க வியாபாரமெல்லாம் ஊருலே ரொம்ப நல்லா நடந்துச்சே. எப்ப சென்னைக்கு போனீங்க?”, என்று கேட்டுவிட்டு ரம்யாவை பார்த்தேன். அவள் புன்னகைத்தாள். கொஞ்சம் சகஜமாகிவிட்டாள் என்று தோன்றியது.

“வணக்கம், என்னோட பேர் ராமசந்திரன். அடடே.. சந்தானம் பையனா நீங்க? அப்பா எப்படிருக்காரு? நாங்க ஒண்ணா படிச்சோம். நாங்கலாம் கூட்டுக்காரங்க. இரண்டு மூணு வருசத்துக்கொரு தடவை கோபாலன் உற்சவத்துக்கு வர்றேன். ஆனா அவரை பார்த்து முப்பது வருசமாச்சி..” என்றார்.

“இங்கே ராமச்சந்திரா டெக்ஸ்டைல்ஸ் நல்லா நடந்துச்சே. சென்னைக்கு போயிட்டீங்களே, அதை பத்தி கேட்டேன்?”

“ஆமா, பின்னே? ராமச்சந்திரா டெக்ஸ்டைல்ஸ் கொடிகட்டிலே பறந்துச்சு. தீவாளின்னா சவுக்குகம்பு கட்டிலே கூட்டத்தை உள்ளே வுடுவோம். லயன்ஸ் கிளப் பிரசிடெண்டு, கோயில் மண்டகபடி, காஸ்மோபாலிட்டன் கிளப்லே மெம்பரு இதெல்லாம் அவ்வளவு சல்லிசா வந்துடுமா? காசு பணம் சம்பாதிச்சுபுடலாம். எந்த ஊருலே எங்கப்பா எடுபுடியா இருந்தாரோ, அதே ஊருலே மரியாதை தேடிக்கணும்லே. அதை ஒரே தலைமுறைலே செஞ்சுக்கிட்டேன்”

பெரியவர் எதையோ நினைப்பவர் போல் மௌனமானார்.

ரம்யா லைட்டை அணைத்துவிட்டு படுக்கையில் படுத்துக்கொண்டாள். பேசியது போதுமென்ற சமிக்ஞை போல் பட்டது.

“வஸ்திராபகரணத்துக்கு துணி கொடுத்த குடும்பம், தம்பி. ஒட்டுத்துணியில்லாம கரிக்கட்டையா எரிஞ்சி கிடந்தானே என் ஒத்தபுள்ள. இந்த கையாலே கொண்டுபோய் திரும்பவும் கொள்ளி போட்டேனே. அதுக்குப்புறம் இந்த ஊருலே என்ன இருக்கு?” கைகளை முகத்தில் பொத்திக்கொண்டு குலுங்கினார்.

“முப்பது வருசம், ஒவ்வொரு கல்லா சேத்து கட்டி வச்சத ஒரே நாள்லே உருவுறேன்னான். ஜவுளி கடைலே வேலை பார்க்க வந்த பொண்ணு ஜோதி. அவளை போய் கல்யாணம் கட்டிக்கிறேன்னான். ஒரே பையன்..வாழ்க்கை முழுக்க உழைச்சு தேடின அந்தஸ்து, மரியாதை எல்லாம் போயிடும்டா.. வேணாம்டாண்ணே.. பிடியா நின்னான். அந்த கழுதையை வேலையைவிட்டு நிப்பாட்டிட்டேன். கொஞ்ச நாளாச்சுன்னா மாறி வந்துடுவான்னு நெனைச்சிட்டு இருந்தேன். அவனும் அப்படிதான் தெரிஞ்சான். கண்ணை கட்டிபுட்டான். தீவாளிக்கு இரண்டு நாள் முன்னாடி, நான் முன்னாடி போறேன், கடைய கட்டிபுட்டு வாடான்னு போய் சோத்துலே

கைவைக்கிறேன். கடைக்குள்ளே நெருப்பு எரியுதுண்ணு வந்து கூப்பிடுறாங்க. போய் பார்த்தா, பத்த வைச்சிகிட்டான். கடைக்கு வெளியே உட்கார்ந்து தைக்குற டைலருங்க உள்ளே பூந்து அணைச்சுருக்குறாங்க. கரிக்கட்டையா கிடந்தான்.. உசுரு இருந்துச்சு. அப்பா, எரியுதுப்பான்னான். அவ்வளவுதான்.. எதுக்கும் அர்த்தமில்லாம போச்சு. அவன் போன கொஞ்ச நாள்லேயே விசாலமும் போய் சேர்ந்துட்டா. பொண்ணை கட்டிக்கொடுத்த ஊரோட நானும் போய்ட்டேன்"

"தாத்தா, போதும் படுங்க. அப்புறம் மாத்திரை வேலை செய்யாது" என்று படுக்கையிலிருந்து ரம்யா சொன்னாள். தேவையில்லாது இதையெல்லாம் அவருக்கு நினைவூட்டி விட்டாய் என்று என்னை குற்றம் சொல்லும் தொனி அதில் இருந்தது.

பெரியவர் சற்று நேரம், அப்படியே தலைகுனிந்து உட்கார்ந்திருந்தார். மடித்துவைத்திருந்த கைகளில் கண்ணீர் சொட்டியது. சற்று நேரம் கழித்து கண்ணை துடைத்துக்கொண்டு அமைதியாக படுத்தார். சங்கடமாக இருந்தது. விளக்கை அணைத்துவிட்டு நானும் போர்வையை இழுத்துப் போர்த்திக் கொண்டேன்.

நடு இரவில் ஏஸி குளிர் தாங்காமல் எழுந்து கழிவறை போகும்போது கவனித்தேன். பெரியவர் தூக்கம் வராமல் எழுந்து உட்கார்ந்திருந்தார். ஆனால் கண்கள் மூடியிருந்தது. பேசப் பயந்து படுத்துக்கொண்டேன். விழித்தபோது ரயில் தாம்பரம் நெருங்கியிருந்தது. எழுந்து பல்லை விளக்கிவிட்டு வரலாமென்று சிங்க் அருகே போனபோது பெரியவர் அங்கு நின்றிருந்தார்.

இரவு முழுவதும் மனதை உறுத்திக்கொண்டிருந்த அந்த கேள்வியை அவரிடம் மறுபடி எப்போதும் கேட்க முடியாமல் போய்விடலாமென்று தோன்றியது. இவ்வளவு அகங்காரம் ஏன் இவருக்கு? காதலித்த

பெண்ணையே திருமணம் செய்துவைத்திருந்தால் என்ன பெரிதாக நடந்திருக்கும்? இவரே மகனை கொன்றுவிட்டாரே. பொறுக்கமுடியாமல் கேட்டேன்.

அய்யா, உங்க பையன் ஆசைப்பட்ட மாதிரி அந்த ஜோதியையே கல்யாணம் செஞ்சி வைச்சிருக்கலாமே? உங்ககிட்டே இல்லாத வசதியா? எல்லாத்தையும் சரி செஞ்சிருக்கலாமே?

அவர் திரும்பிப் பார்த்தார். "கீழவீதிலே சந்தானம்ன்னு என்னோட கிளாஸ்மெட்டு இருந்தான். பெரிய மிராசுதாரு. அவன் அக்கரைலே வைச்சுட்டு இருந்த பொம்பளைக்கு பொறந்த பொண்ணுதான் ஜோதி. அந்த பொண்ண, எம்மவனுக்கு கட்டின பொறவு, அந்த ஊருலே நான் திரும்பவும் வெள்ளை வேட்டி கட்டி நடக்க முடியுமா?" என்றார்.

ஞாபகம் வந்ததுபோல் கேட்டார். வணக்கம், நான் ராமச்சந்திரன். கேள்விப்பட்டிருப்பீங்களே, ராமச்சந்திரா மெடிக்கல்ஸ். ஒரு காலத்துலே தஞ்சாவூரு ஜில்லா முழுக்க விளம்பரம் செய்வோமே, ராமச்சந்திரா மெடிக்கல்ஸ், ராமச்சந்திரா டெக்ஸ்டைல்ஸ், அதோட ஓனரு. தம்பிக்கு மெட்ராசுங்களா?.

◆